“૭૦’s કીડ”

<u>સ્ટોરીસ ઓફ મીલેનીયલ્સ</u>

લખન ડોડીયા

Made with ♥ on the Notion Press Platform

www.notionpress.com

સમર્પણ:

આ પુસ્તક એ બધા ૯૦ ના દશક માં જન્મેલા બધા મીત્રો ને સમર્પીત કરું છે જેમને પોતાના જીવન માં અથાક સંઘર્ષ કર્યો છે અને પોતાની હિમ્મત સાથે જીવન ને હજુ સુધી સુંદર રીતે જાળવી રાખ્યું છે. જેમને પોતાના પરીવાર માટે પોતાના સપનાઓ ને પણ ક્યારેક ભુલાવી દીધા હશે અને પોતાના પ્રેમ ની અસફળતા ને જીરવી ગયા હશે. જેઓ સમાજ માટે પ્રેરણા બન્યા છે અને જેઓ એ પોતાના કપરા સમય માં પણ હિમ્મત નથી હારી. આપ સૌના ઉજ્વળ ભવિષ્ય માટે મારા અઢળક આશીર્વાદ.

પ્રાસ્તાવિક :

આ મનમોહક નવા પુસ્તક માં વણાયેલી આઠ અલગ સર્જનાત્મક સ્ટોરીસ ૯૦ ના દશક ના લોકો ને ફરીથી પોતાના પ્રેમ અને અઢળક જૂની યાદો ને તાજા કરવા માટે નો એક અનેરો પ્રયાસ છે. અહીયાં પત્રો થી લઈને મોબાઈલ ના યુગ સુધી બદલાતા પ્રેમ અને પ્રેરણા ઓ નું અદભુત સંયોજન પીરસવામાં આવ્યું છે. કયા થી ક્યારે પ્રેમ શરૂ થઈ અને કયા જઈને અટકશે એની રસપ્રદ વાર્તા અને કવીતાઓ ના શ્રુંગાર સાથે ચાલો રોમાંચક સફર પર....

Disclaimer:

આ કાલ્પનિક કૃતિ છે. અન્યથા સૂચવ્યા સિવાય, આ પુસ્તકમાંના તમામ નામો, પાત્રો, વ્યવસાયો, સ્થાનો, ઘટનાઓ અને ઘટનાઓ કાં તો લેખકની કલ્પનાની ઉપજ છે અથવા કાલ્પનિક રીતે ઉપયોગમાં લેવાય છે. વાસ્તવિક વ્યક્તિઓ, જીવંત અથવા મૃત, અથવા વાસ્તવિક ઘટનાઓ સાથે કોઈપણ સામ્યતા કેવળ સંયોગ છે.

અનુક્રમણિકા

નોંધ: 'કેસરી કાઠીયાવાડ' માં ગામડી ભાષા નો ઉપયોગ કરેલો છે.

1. પહાડો ની ઊર્મિ – (એકલતા થી ઊર્મિ સુધી)

૧૯૯૦ ના દશક ના છોકરાઓ અને છોકરીઓ જે ૩૦ વર્ષ ની ઉંમર વટાવી ચૂક્યા છે અને અત્યારે ઝેનઝી સાથે અને આપડા માતા પીતા સાથે બે જનરેસન વચે તાલમેલ બનાવી ને ચાલે છે. હવે માથા માં દેખાતા અમુક સફેદ વાળ ને છુપાવા માટે કરતાં અવનવા નુસખા અને સત્ય ને સ્વીકાર કરી જેમ છે એમ રેહવા દેતા, રોજ ના અવનવા વિચારો સાથે જીવન જીવી રહ્યા છે. અઢળક સ્વપ્નો, બદલતી દુનિયા વચે પોતાનું અસ્તિત્વ શોધવા ની કોસીસ માં જીવન પસાર કરી રહેલા લોકો એટલે નાઇન્ટિસ કીડ. ઑફિસયલી હવે આપડે કીડ તો ના જ કેહવાય. પણ આ ફાસ્ટ જમાના માં આપડી જનરેસન ની એક ઓડખ થઈ ગઈ છે. જ્યારે કોઈ નાનકડું બાળક આપડે અંકલ કે આંટી કહીને બોલાવે ત્યારે મન માંથી અસ્વીકાર ની પેલી ગોળી છૂટે એને સાચવી ને કુત્રિમ સ્મિત ચેહરા પર લાવવાની કળા ઘણા શીખી ગયા હશે.

લગ્ન વિના ના સિંગલ ને જોઈને પરિવાર અને સમાજ ના આપડા પ્રત્યે કઈક અલગ અને વિચિત્ર જ વિચારો હોય છે. પણ મે એ વિચારો થી પણ દૂર આવીને ખુદ ને સ્વીકાર કરી લીધો છે. જ્યારે સૌથી પેહલા આપડે ખુદ ને સ્વીકાર કરી લઈએ તો બાકી નું જીવન થોડું હળવું થઈ શકે છે. એઝ નાઇન્ટિસ જનરેસન મારા મત મુજબ મને પ્રેમ વિના ના લગ્ન માં બહુ જ ઓછો જ ઇન્ટરેસ્ટ છે. મને એ કોઈ રીતે સ્વીકાર્ય જ નથી થઈ સક્તુ. પણ આજ ના યુગ માં એવો પ્રેમ મળવો લગભગ મુશ્કિલ છે. અશક્ય છે એવું નહીં કહું પણ હા મુશ્કિલ તો છે. અહિયાં સુધી ની ઉંમર સુધી પહોંચતા પહોંચતા હવે ઘણા ખરા આપડે બધા ખૂબ પ્રેક્ટિકલ થઈ ગયા છીએ. અને સ્વાભાવિક રીતે થવું પણ જોઈએ એમ કશું ખોટું નથી. હું આ પ્રેક્ટિકલ સમય માં, જૂનો પહેલી નજર નો પ્રેમ શોધી રહીઓ છું.

મારી અંદર હજુ પણ ક્યાંક ને ક્યાંક ચમત્કાર થઈ શકે એવી આશા હતી. બી પોસિટિવ બ્લડ ગ્રુપ છે એટલે નહીં પણ ઘણા જીવન ના વિચારો એવા હોય કે જ્યાં એ વિચારો નો લોજીકલ જવાબ તમારા પાસે ના હોય. ટ્રાવેલ અને યાત્રા બંને માં ફરક છે. યાત્રા ઘણી વાર તમને જીવન ની નવી દિશા તરફ દોરી જતી હોય છે. પણ ટ્રાવેલિંગ આજ બહુ જ ટ્રેન્ડ માં છે. મને પણ ટ્રાવેલિંગ માટે એક શાયરી એ બહુ જ ઇન્સ્પાયર કર્યો છે જે આ છે.

शेर कर दुनिया की गाफिल, ये जिंदगानी फिर कहा, जिंदगानी रह भी गई तो ये नौजवानी फिर कहा ॥

માણસ શરીર થી જ ઘરડો થાય, મન થી ના થાય. તો સમય સાથે સાથે ચાલતું રહેવું એ જ માણસ માટે હિતાવહ છે. એવો હજી એક શેર છે.

ना महोबत, न दोस्ती के लिए, वक्त रुकता नहीं किसी के लिए, की युही न दुख दे तू अपने आप को जमाने की बेरुखी के लिए, वक्त के साथ साथ चलता रहे, यही बेहतर हे आदमी के लिए ॥

નાઇન્ટિસ ના ઘણા ખરા અપરિણીત છોકરા છોકરીઓ ના મિત્રો જે પરણી ગયા છે એમની દુનિયા લગભગ અલગ થઈ ગઈ હોય છે. એટલે એમની સાથે ક્યાંય ફરવા જવું અને એમને કોઈ વાત માટે મનાવવા મુશ્કિલ થઈ જાઈ છે. ઘર સંસાર માં આગળ વધી ગયેલા લોકો માટે એમનું જીવન અને પરિવાર ખૂબ જ મહત્વ ના થઈ જાઈ છે અને હું એમની રિસ્પેક્ટ કરું છું. અંતે આજે હવે સોલો ટ્રાવેલિંગ જે શરૂ થયું છે ટ્રેન્ડ માં છે એમા કશે આવું પણ કારણ હશે, કે મિત્રો કોઈ નથી આવી રહ્યા તો સોલો ટ્રાવેલિંગ જ એક રસ્તો રહીઓ. તો બસ જીવન ની એકલતા ને પરિભ્રમણ ના બહાનામાં છુપાવીને હું પણ નીકળી પડ્યો.

અમદાવાદ થી હું સવારે યોગ નગરી ઋષિકેસ ની ટ્રેન પકડી ને ઉત્તરાખંડ જવા માટે નીકળ્યો. સ્લીપર ક્લાસ માં બારી ની બાજુમાં બેસેલા એક કાકા એ પોતાના જૂના ફોન માં ગીતો વગાડવા નું શરૂ કર્યું.

"લગ જા ગલે કી ફીર યે હસી રાત હો ના હો, શાયદ ફીર ઇસ જનમ મે મુલાકાત હો ના હો". આ સાંભળીને ને લગભગ ના નાઇન્ટિસ ને પોતાના જૂના પ્રેમી યાદ આવી જતા હોય છે. એક નાનકડી છેલી મુલાકાતો યાદ આવી જતી હોય છે અને એ સમય ના ગીતો ના શબ્દો આજે પણ હૃદય ના ખૂણે ઉતરી ને, ભીસી ને બંધ કરેલ કોઇની યાદો ને બહાર લાવી દેતી હોય છે. કદાચ કોઈ પાસે જો કોઈ જૂની યાદ ના હોય તો પણ આ ગીતો સાંભળીને થોડી ઘણી ખુસી અચૂક મળતી હસે.

સોલો ટ્રાવેલીંગ આમ તો મે છેલ્લા બે વર્ષ થયા શરૂ કર્યું. ટ્રાવેલીંગ માં બે આશા હોય છે મને, એક તો કે કદાચ હું ખુદ ના કોઈ અસ્તિત્વ ને શોધી કાઢીસ અને શું ખબર કદાચ ક્યારેક કોઈ સાથે દિલ થી દિલ મળી જાય. પણ આજ સુધી કોઈ વ્યક્તિ તો ના મળ્યું પણ હા, અવનવા રોમાંચક અનુભવો જરૂર થયા.

હું હિમાલયન રેન્જ માં ટ્રેકીંગ કરવા માટે ખૂબ એક્સાઈટેડ હતો. હું યોગ નગરી ઋષિકેસ પહોંચ્યો અને ત્યાં એક દીવસ રોકાય ગયો. વહેલી સવારે ઉઠી ને ગંગા કિનારે સ્નાન કરી, એ ઘાટ પર બેસી રહ્યો. સવાર ના એ સૂર્યોદય માં કઈક અલગ જ તાજગી હતી. ખળખળ

કરતું ગંગા નદી નું પાણી એવું લાગ્યું જાણે અંતર મન માં ચાલતી સમગ્ર વિચારો ની હારમાળા ઓગળી ગઈ. હું આખો દીવસ ઋષિકેસ માં ફર્યો અને સાંજે હું ત્રિવેણી ઘાટ પર ગંગા આરતી જોવા ગયો. ત્યાં ઉભેલા માનવ સમૂહ માં એંસી ટકા લોકો આરતી જોવા ને બદલે પોતાના ફોન માં રેકોર્ડ કરવા માં મશગુલ હતા. હું ત્યાં બેઠો બેઠો એ આરતી ની અંદર સળગતી જ્યોત ને જોઈ મંત્રમુગ્ધ થઈ ગયો હતો. સંસ્કૃત ના શ્લોક સાંભળીને, જાણે અંતર મન માં કોઈ આધ્યાત્મ ની જ્યોત ઝળહળી હોય, એવો આહલાદક અનુભવ થયો મને. આરતી ના સમાપન પછી હું ઘાટ પર બેઠો બેઠો લોકો ને જોઈ રહીઓ. ઘણા લોકો હાથ માં નાનકડા દીવા લઈને પોતાની આસ્થા દાખવતાં ગંગા નદી માં એ દીવા સમર્પિત કરી રહ્યા હતા. થોડી વાર પછી બધા જતા રહ્યા અને ફરી પાછું ત્યાં થોડું મૌન પ્રસરી ગયું. હું જાણે એ વાતાવરણ માં ખોવાય ગયો. એ નીરવતા માણતા મારી એકલતા ના ઊંડાણ માં થી થોડા શબ્દો નીકળ્યા અને મે મારી ડાયરી લઈ ને લખવા માંડ્યા.

यह मे हु, तुम्हारे घर मे रखी वो किताब, जिसमे एक सुंदर सी कविता हे । यह मे हु । तुम्हारे न बोले गए शब्द हु मे । तुम ने हर बार टाल दिया खुसी से मुशकुराने का वो पल हु मे । तुम्हारे भीतर छिपी आशा और निराशा के बीच की परत हु मे । मे इस क्षण बसा लगाव हु, बीती हुई पीड़ा का प्रभाव हु मे । मे तेज भी हु, मे अंधकार भी हु। मे अंश हु इस ब्रमाँड़ की ऊर्जा का, मे जीवंतता मे छिपा साक्षात्कार भी हु । मे तुम्हारे चेहरे पर आने वाला हास्य हु , आँशु हु, स्नेह हु, और सरलता भी मे हु । मे इस क्षण की लई हु, ताल हु, इस संसार के भीतर बसी प्रेरणा का एक संवाद हु ॥ अनुभव की पंक्तियों मे बसा मे एक आकार हु ॥।

હું એ ક્ષણ માં જાણે જીવંત થઈ ગયો હોવ, એ અનુભવ આખો અનેરો હતો. પહાડો માં આવતા ની સાથે જાણે મારી અંદર કઈક બદલાવ આવી ગયા અને હું આખા સોરબકોર વારા સંસાર ને પાછળ છોડીને ક્યાંય દૂર આવી ગયો હોવ એવો અનુભવ થયો. હું રાત્રે મોડે સુધી ત્યાં બેસી ને ગંગા નદી ના એ અવાજ ને સાંભળી રહ્યો હતો. પછી ત્યાં થી હું તપોવન માં મારા હોસ્ટેલ પર જતો રહ્યો. બીજે દિવસે સવારે વહેલા ઉઠી ને હિમાલય માટે અમારું ટ્રેકીંગ શરૂ થયું. હું પિકઅપ પોઈન્ટ પર જઈને મારા રોમાંચ ને ચા ની ચૂસકી સાથે નિહાળી રહીઓ હતો. અમારી સફર એ દિવસે શરૂ થઈ. હું ટ્રાવેલર ની સિંગલ સીટ પર બેસી ગયો અને બધા બીજા ટ્રાવેલર્સ પણ પોત પોતાની સીટ પર ગોઠવાય ગયા. વેહલી સવાર હતી એટલે હજુ ઘણા લોકો ઊંઘ માં જ હતા એટલે કોઈ સાથે ઈન્ટ્રોડક્શન હજુ નોતું થયું.

શિયાળા ની સવાર હતી એટલે ઠંડી પણ ગજબ હતી. હું બારી ની બહાર ઊંચા પહાડો જોઈ રહીઓ. થોડે આગળ જતાં સૂર્યોદય જોયો એટલે લાગ્યું જાણે કુદરત સોળે કળાએ ખીલ્યું હોય. ત્યાં થી અમે લોકો પીપલકોટી બેસ કેમ્પ પર ગયા અને ત્યાં નાસ્તો કરીને બધા

સાથે ઈન્ટ્રોડક્શન થયું. મારી જેમ એક મિત્ર દેવલ પણ સોલો ટ્રાવેલીંગ માં આવેલો એટલે બે સિંગલ લોકો ને અમને એક સાથે રૂમ આપવામાં આવ્યો. પીપલકોટી બેસકેમ્પ પર એકલેમેટાઈસેસન માટે, એટલે કે વાતાવરણ સાથે અમારું બોડી તાલમેલ બનાવી શકે એના માટે એક દીવસ રોકાવાનું હતું. પછી આગળ ટ્રેકીંગ માટે બીજા દીવસે જવાનું હતું. અમારા બધા ના ઑક્સીજન લેવલ ચેક કરવામાં આવ્યા. રૂટિન પ્રોસેસ માં અમને બધા ને ત્યાં નું વાતાવરણ કેવું હશે અને ત્યાં શું શું ધ્યાન રાખવાનું એ જણાવામાં આવ્યું. અમારા ટ્રેક ના કેપ્ટન નવીન રાના બવ કુલ વ્યક્તિ હતા. અમને બધાને એની સાથે ભળી ગયું.

બીજે દિવસે સવારે ઉઠીને અમે લોકો પીપલકોટી બેસ કેમ્પ થી તુગાસી વિલેજ પહોંચ્યા જ્યાં ૯૦૦૦ ફૂટ ના એલટીટ્યુડ પર થી અમારી ચાલીને જવાની સફર શરૂ થઈ. તુગાસી કેમ્પ પર અમને બધા ને ટેન્ટ અલોટ કરવામા આવ્યા. હું ને દેવલ એક સાથે એક ટેન્ટ માં હતા. દેવલ પણ અમદાવાદ થી આવ્યો હતો એટલે અમને બંને ને એક સાથે ભળી ગયું. એ કેમ્પ પર બ્રેકફાસ્ટ પછી બીજા લોકો સાથે પણ ઓળખાણ થઈ. વૈભવ, રાહુલ, ડો. જીનેસ, ધ્રુપલ, સંચિત અને બીજા ઘણા લોકો પણ હતા. ધીરે ધીરે બધા સાથે ઓળખાણ થઈ. અમે બધા એ ફ્રી ટાયમ માં અંતાક્ષરી રમવાનું ચાલુ કર્યું.

અંતાક્ષરી ની વચ્ચે જ્યારે ગ્રુપ માં થી કોઈએ ગુજરાતી ગીતો ગાવાનું ચાલુ કર્યું એટલે મારુ ધ્યાન એક છોકરી પર પડ્યું. અહિયાં પણ ગુજરાતી ગીત સાંભળીને અચંબો તો થયો પણ સાથે સાથે મન માં રોમાંચ પણ આવ્યો કે આ કોણ છે જેની સાથે હજુ મુલાકાત નથી થઈ. મે પણ ગુજરાતી ગીતો અને ગઝલો ગાવા નું ચાલુ કર્યું એટલે એ છોકરી એ મારી સામે જોયું. પછી બંને ગ્રુપ માં થી અમે બંને જ એક બીજા સાથે ટ્યુનિગ થી ગાતા થયા. ગીત ગાતા ગાતા અમારી આંખો થી આંખો મળી. એ ઠંડા વાતાવરણ માં મને ગીતો માં હૂંફ નો અનુભવ થયો. અંતાક્ષરી પત્યા પછી હું દેવલ ને સાથે લઈને એ છોકરી ને મળવા ગયો. અને મે કહ્યું.

"તમે ખૂબ સારા ગુજરાતી ગીતો ગાયા, આનંદ આવ્યો. મારુ નામ મયુર છે"

"થેન્ક યૂ. મારુ નામ ઊર્મિલા અને આ મારી ફ્રેન્ડ જિનલ"

"વાહ. ઊર્મિલા.. નામ સરસ છે તમારૂં. લક્ષ્મણ જી ના પત્ની નું નામ પણ ઊર્મિલા હતું."

"ઓ હા.. મને ખ્યાલ છે"

"આ મારો ફ્રેન્ડ છે દેવલ, અહિયાં જ મળ્યા અમે, બંને સોલો ટ્રાવેલર છીએ."

"ઓ તમે બંને સોલો છો. વાહ. નાઇસ, સારું ત્યારે .. ચાલો મળીએ પછી, હવે તો સાથે જ છીએ"

આટલો અમથો સંવાદ થયો પણ એની છેલી કહેલી વાત મારા મન પર છપાય ગઈ, કે હવે તો સાથે જ છીએ. ઊર્મિલા ઓછું બોલતી અને એની ફ્રેન્ડ જિનલ બવ તોફાની હતી. અને આમેય હમેસા મે જોયું છે કે બે વિરોધાભાસી ફ્રેન્ડ્સ એક સાથે હોય જ છે. એક ઇન્ટરોવર્ટ અને એક એકસ્ટરોવર્ટ. દેવલ પણ ખૂબ શાંત વ્યક્તિ હતો. અમે બંને એક દીવસ માં સારા મિત્રો બની ગયા.

રાત્રે અમે લોકો જમીને ડંબ સેરાસ ગેમ રમવાનું શરૂ કર્યું. ડો જીનેસ અને તેમના પત્ની બંને ખૂબ સરળ અને જીંદાદીલ કપલ હતા. એમને બિડિંગ ડંબ સેરસ રમતા શિખવાડ્યુ અને અમે બધા એક બીજા સાથે ખૂબ હળી મળી ગયા. પછી ક્રિએટિવ વે માં અમારા બધા ના ફરીથી ઈન્ટ્રોડક્સન થયા. જેમાં મારુ નામ પડ્યું મેગનિફેસેંટ મયુર અને ઊર્મિલા નું નામ થયું અલ્ટીમેટ ઊર્મિલા. આ ક્રિએટિવ વે માં બધાને એક બીજાના નામ બવ સારી રીતે યાદ રાખવામાં મદદ રૂપ થયું.

બીજે દિવસે અમે લોકો ગુલ્લીગ ટોપ કેમ્પ પર પહોંચ્યા. ત્યાં નો રસ્તો જંગલો, ઝરણા ઓ, અને ચોમેર પહાડો ની વચે થી હતો. અમે બધા એક બીજા ને મદદરૂપ થઈ આગળ વધ્યા. બવ કળાવ ચઢાણ હતું માટે હું થોડો આગળ રહીઓ અને ત્યાં થી મારી પાછળ આવનારા લોકો માટે ઊભો રહ્યો. હું બધા ને હાથ દઈને ઉપર ચઢવામાં મદદ કરતો હતો. ઊર્મિલા એ હાથ લાંબો કર્યો ને એ અમારા વચે થયેલો સ્નેહ નો પ્રથમ સ્પર્સ હતો. ઊર્મિલા એ થેન્ક યુ કહ્યું અને એક સ્મિત સાથે અમે લોકો આગળ વધ્યા.

ગુલીંગ ટોપ થી અમે લોકો ટાલી ફોરેસ્ટ ના કેમ્પ પર પહોંચ્યા ત્યાં અમારે એક રાત રોકવાનું હતું. હવે જમીન થી ૧૧૦૦૦ ફૂટ પર અમે લોકો જંગલ માં હતા અને ઠંડી લગભગ માઇનસ ૧૦ ડિગ્રી સુધી પહોંચી ગઈ હતી. જેમ જેમ અમે લોકો ઉપર જઇ રહ્યા હતા એમ એમ ઑક્સીજન લેવલ ઓછું થતું જતું હતું. આગલે દિવસે રાત્રે અમને માત્ર બે કલાક જ ઊંઘ આવી હતી. ગ્રુપ કેપ્ટન ના કહેવા મુજબ હાથ પગ ના અંગૂઠા અને આંગળા જામી જવા જેવી સ્થિતિ માં હોવું સ્વાભાવિક હતું. અમે લોકો ઉન ના મોજા અને થર્મલ પહરીને સૂતા તો પણ ભયંકર ઠંડી લાગતી હતી. ઓછા ઑક્સીજન ના કારણે ઘણા લોકો ને હેલુસીનેસન થવા ની પણ શક્યતા હતી. જંગલ ની ઉબળ ખાબળ જમીન પર સરખું સૂઈ શકવું લગભગ મુશ્કેલ હતું. પણ અમે અમારી જાત ને ખેંચી રહ્યા હતા.

અમારી ટીમ માંથી રાત્રે જિનલ નું ઓકશીજન એટલું ઘટી ગયું કે તેને ત્યાંથી પાછી બેસ કેમ્પ લઈ જવી પડી. બધા ના ઑક્સીજન લેવલ ફરીથી ચેક કરવામાં આવ્યા. નોર્મલ ઑક્સીજન લેવલ ૮૦ હોવું જોઈએ નહિતર આગળ લઈ ના જય શકે. મારુ ઑક્સીજન લેવલ ૮૧ હતું. હું ખુદ નોર્મલ રહેવા માટે ની મહેનત કરતો હતો.

રાત્રે ૩ વાગે મારી ઊંઘ ઊડી ગઈ અને હું બહાર જોઈ રહીઓ. આકાસ એકદમ સાફ હતું અને અસંખ્ય તારાઓ જગમગતા હતા. હું સુવાની કોસીસ કરી રહીઓ પણ ઊંઘ નહોતી આવતી અને મને એવું લાગતું હતું જાણે હું પહાડ ની નીચે ગબડી રહયો હતો. હું થોડી વાર પછી ગ્રુપ કેપ્ટન પાસે જઈને કહી રહયો કે મારી તબિયત ઠીક નથી અને એની પાસે તાપણું કરી થોડી વાર બેસી રહીઓ. નવીન ભાઈ એ મને સમજાવ્યું કે અહિયાં આવું અનુભવ કરવું સ્વાભાવિક છે.

ઓછા માં વધારે વહેલી સાવરે સ્નો ફોલ થયો. અને ચારે બાજુ બરફ ની ચાદર ઓઢી હોય એમ બધા લાલ રંગ ના ટેન્ટ સફેદ રંગ માં ઢંકાઈ ગયા. દેવલ ટેન્ટ માં પલડી ગયો હતો છતા સૂતો રહીઓ. અમારા બેગ્સ પણ લગભગ ભીના થઈ ગયા હતા. સવારે ૭ વાગ્યે અમને લોકો ને બાફેલા ચણા અને ગરમ દૂધ આપવામાં આવ્યું. સાથે સાથે એનર્જી

બાર આપવામાં આવ્યા. ત્યાંથી ફરીથી અમે લોકો એ ચાલવાનું શરૂ કર્યું. બરફ માં લસરી જાય એટલે અમને બધા ને સુસ ની માથે પહેરવા માટે સ્પાઇક્સ આપવામાં આવ્યા.

ટાલી ફોરેસ્ટ થી સમિટ પોઈન્ટ ૧૨૭૫૦ ફૂટ પર આજે અમે પહોંચ્યા અને ત્યાં નો નજારો મારા જીવન માં યાદગાર બની ગયો. દૂર દૂર સુધી પર્વતો બરફ થી ઢંકાયેલા હતા. પવન ના સુસવાટા બોલી રહ્યા હતા. અને અમે બધા એ ત્યાં પહોંચી ને રાસ્ટ્ર ધ્વજ સાથે ફોટોસ પડાવ્યા.

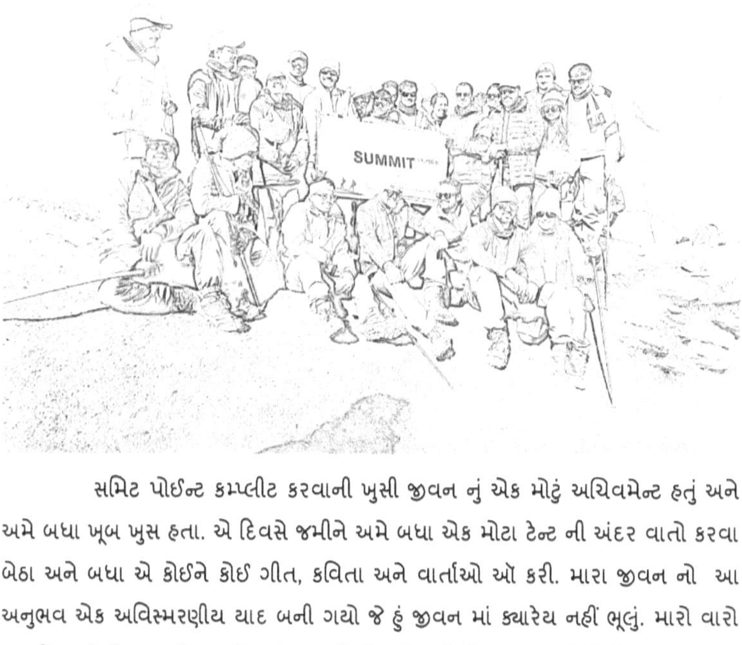

સમિટ પોઈન્ટ કમ્પ્લીટ કરવાની ખુસી જીવન નું એક મોટું અચિવમેન્ટ હતું અને અમે બધા ખૂબ ખુસ હતા. એ દિવસે જમીને અમે બધા એક મોટા ટેન્ટ ની અંદર વાતો કરવા બેઠા અને બધા એ કોઈને કોઈ ગીત, કવિતા અને વાર્તાઓ ઑ કરી. મારા જીવન નો આ અનુભવ એક અવિસ્મરણીય યાદ બની ગયો જે હું જીવન માં ક્યારેય નહીં ભૂલું. મારો વારો આવ્યો ત્યારે મે બધા ને આ શેર સંભળાવ્યો જે ઉમંગ જોશી દ્વારા લખાયેલો છે.

रहस्यों पर सवार हु मे, बंदिसो से फरार हु मे, बेकरारी मे करार हु मे, गरजते शेर की दहाड़ हु मे, अभी बसा शहर नहीं, सदीयों से खड़ा, पहाड़ हु मे ।।

આ સાંભળીને બધા ને ખૂબ ગમ્યું અને ઊર્મિલા મારા સામે જોઈને વાહ વાહ બોલી રહી. એના સ્મિત માં કઈક જાદુ હતો એટલે મને એના પ્રત્યે આકર્ષણ થવા લાગ્યું. મને કોઈએ પૂછ્યું કે તમે વર્ક શું કરો છો તો મે એક મૂવી નો ડાઈલોગ બોલી દીધો.

लोग हर पैसे मे खुद को गुलाम कहते हे, हम इश्क करने वाले शायरी को काम कहते हे ।।

નાની નાની રમુજ થી ફરીથી બધા ના ચેહરા પર મે હાસ્ય લાવી દીધું. લોકો ના મન માં મારી શાયર તરીખે ની એક છાપ ઊભી થઈ ગઈ. પછી તો વારે વારે મને શાયરીઓ કહેવા માટે ઊભો કરી દેવામાં આવતો. જીવન માં આ પાંચ દિવસો બહુ જ અદભૂત રીતે યાદગાર થયા જ્યાં મને ખબર જ નહોતી કે આજે કયો વાર છે કે કઈ તારીખ છે. જોવા જાઈ તો જીવન આવું જ કઈક હોવું જોઈએ એવું મને લાગ્યું.

પછી અમે લોકો ટ્રુથ અને ડેર રમવા માટે એક સર્કલ બનાવી ને બેઠા. હું એ મોકો ચૂકી ના શકું એટલે હું ઊર્મિલાની નજીક જઈને બેસી ગયો. અમારા ઘૂટણ એક બીજાની લગોલગ અડી રહ્યા હતા. એક બીજી ગર્લ બહુ તોફાની હતી. એણે મને એક ડેર આપ્યું. એ ડેર માં મારે, એ જે પાણી લઈ આવે, એ મારે પીવાનું હતું. મે ફરી ફરી ને ચોખવટ કરી, કે મારે ખાલી પાણી પીવાનું જ છેને ? એટલે એને કહ્યું કે હા ખાલી પીવાનું જ છે. એ પાણી મે મોઢા માં ભર્યું અને થોડી વાર પછી થૂંકી નાખ્યું. એ પાણી ની અંદર એને ઢગલો એક મીઠું ને મરચું નાખ્યું હતું. એ ગર્લ એ કહ્યું આ તો ચીટિંગ છે તમારે પાણી આખું પીવાનું હતું. મે કહ્યું, ડેર ખાલી પાણી પીવાનું હતું. પાછું બહાર થૂંકી ના શકું એવી કોઈ કંડિસન નહોતી રાખી. ઊર્મિલા એ પણ મારી ફેવર કરી અને કહ્યું કે, તમે તો બ્વ સ્માર્ટ મૂવ કરી.

છેલા દિવસે અમે લોકો ફરીથી પીપલકોટી બેસકેમ્પ પર આવ્યા અને ટ્રેક કમ્પ્લીટ કર્યા નું બધા ને સર્ટિફિકેટ આપવામાં આવ્યું અને એક ફેરવેલ સ્પીચ પણ બધા એ આપી. ફાયનલ સ્પીચ પત્યા પછી બધા પોત પોતાની રીતે ઢળતા સૂરજ ને નિહાળતા ચાં ની મજા લઈ રહ્યા હતા ત્યારે ઊર્મિલા મારી પાસે આવીને બોલી.

"તમે શાયર ખૂબ અજાયબ છો. તમારી વાતો અને અવાજ પર થી લાગે છે, કે તમારું ભૂતકાળ ખૂબ સ્ટ્રગલિંગ રહ્યું હશે."

"હાંજી ઊર્મિલા જી, આ અત્યાર સુધી ના એકલતા ના ભારા ઊચકી ને મારો સ્વભાવ આવો થઈ ગયો છે."

"તમારો સ્વભાવ અને વ્યક્તિત્વ બને સુંદર છે મયુર જી. તમારી વાતો માં સ્ત્રી પ્રત્યે નું સમ્માન પણ દેખાય આવે છે. "

"તમને ખોટું ના લાગે તો એક પ્રસ્તાવ છે મારી પાસે ઊર્મિલા."

"હા બોલો સંકોચ વગર બોલો"

"અહિયાં થી કાલે આપડે ઋષિકેસ પહોંચસુ. શું તમે મારી સાથે ગંગા આરતી કરવા માટે આવી શકો?"

"હા, ચોક્કસ.. આમેય મારે ત્રિવેણી ઘાટ પર જવાની ઇછા છે જ."

"સારું ત્યારે મળીએ."

ઊર્મિલા ની આંખો ની ચમક કહી રહી હતી, કે એના હૃદય માં મારુ, થોડું સ્થાન અચૂક બન્યું છે. એ દિવસે રાત્રે અમે બધાએ ખૂબ નાચી નાચી ને અમારું ટ્રેક કંપલીસન સેલિબ્રેટ કર્યું. રાત્રે બધા ને ખૂબ સારી ઊંઘ આવી કારણ કે ચાર દીવસ પછી આજે બધા ને ટેન્ટ માં નહીં પણ ગરમ રૂમ માં ઉંઘવા મળ્યું.

બીજે દિવસે અમે લોકો એ પીપલકોટી થી વિદાય લઈને ઋષિકેસ પહોંચ્યા. હું અને દેવલ એક દીવસ હોસ્ટેલ માં રોકાય ગયા અને સાંજે ઊર્મિલા અને જિનલ ને ત્રિવેણી ઘાટ પર ગંગા આરતી માટે મળ્યા. ગંગા આરતી માં થતાં મંત્રોચ્ચાર અને આરતી માં થતાં ઘંટરાવ સાંભળીને માંનો જાણે શરીર ની ઉર્જાઓ બધી ક્લીન થઈ ગઈ હોય અને કોઈ પણ શારીરીક કે માનસિક થાક ના બચ્યો હોય, એવો અનુભવ થયો. જ્યારે પેહલા દિવસે મે ગંગા આરતી કરી અને આજે જ્યારે મે ગંગા આરતી કરી એ બંને માં મને ફરક દેખાય રહીઓ હતો કારણ કે આજે હું એકલો નહોતો. મારી બાજુમાં માં ઊર્મિલા ઊભી હતી. જાણે મારી એકલતા ને દૂર કરી, હૂંફ ના મંત્રો બોલી મને કોઈએ લાગણીઓ થી તરબોળ કરી નાખ્યો હતો.

ગંગા આરતી પૂરી થઈ એટલે અમે ઘાટ પર બેઠા. દેવલ ને ઊંઘ આવી રહી હતી અને જિનલ ની પણ તબિયત ઠીક નહોતી એટલે એ લોકો હોસ્ટેલ પર જતાં રહ્યા. હું ને ઊર્મિલા એ ઘાટ પર મોડે સુધી બેસી રહ્યા હતા. અમારા વચે એક નીરવ મૌન હતું અને બસ દૂર દૂર સુધી ગંગા નદી નું ખળખળ વેહતું પાણી નો અવાજ જ સંભળાય રહીઓ હતો. આ અવાજ અને મૌન મેડિટેસન જેવુ લાગી રહ્યું હતું.

"ઊર્મિલા, મને એક વાત કેહવી છે તને"

"હા, હું સાંભળું છું, કહો"

"મે એક મૂવી જોયું, સ્પેસ બિટવીન અસ, એમાં એક સ્પેસ ટીમ મંગળ ગ્રહ પર જાય છે. એક લેડી પ્રેગ્નેટ હોવાના કારણે ત્યાં જ છોકરા ને જન્મ આપે છે, એ છોકરો થોડો મોટો થાય છે એટલે ત્યાં થી એ પૃથ્વી પર એક છોકરી સાથે વાત કરતો થાય છે, પણ છોકરી ને માનવામાં નથી આવતું કે, એ છોકરો મંગળ ગ્રહ પર થી વાત કરે છે. એ સાબિત કરવા માટે એ ત્યાંથી ભાગી ને પૃથ્વી પર આવે છે. ત્યાં પહોંચી ને એ જેને પણ મળે છે, એ બધાને એક જ પ્રશ્ન કરતો હોય છે કે, આ પૃથ્વી માં તમારૂં ફેવરેટ શું છે? ઘણા લોકો કહ્યું પ્રેમ લાગણીઓ, ઘણા એ કહ્યું પૈસા, કોઈએ કહ્યું વરસાદ, કોઈએ કહ્યું તારાઓ. એ મૂવી જોઈને મે ખુદ ને પ્રશ્ન કર્યો ત્યારે, મારા પાસે જવાબ હતો 'પહાડો'. પહાડો મારા સૌથી પસંદીદા છે. મને અહિયાં બવ ગમે છે. પણ હવે એમાં આજે એક કારણ ઉમેરાયું છે. એ છે 'ઊર્મિલા'.

"ઊર્મિલા, શું તું મારી એકલતા ને ઓગાળીને જીવન ની યાત્રા માં ભાગ લઈ શકે.?"

"એમ, શું તમે મને ઈંડાઇરેકટલી પ્રપોસ કરી રહ્યા છો?"

"હા ઊર્મિ"

થોડી વાર અમારા વચે મૌન રહ્યું અને પછી મે મારા બેગ માંથી થરમૉસ કાઢી એમાંથી અમારા બંને માટે ચાં કાઢી. ચાં ના કપ સાથે સાથે મે એક સફેદ ફૂલ ત્યાં રાખ્યું અને ઊર્મિલા તરફ જોઈ બોલ્યો. ઊર્મિલા માંથી એનું નામ હવે મે ઊર્મિ કર્યું.

"આ ચાં ની સાક્ષી એ, શું તું પહાડો સાથે સાથે, મારી આ દુનીયાની પ્રીય વ્યક્તિ બનિસ?"

ઊર્મિલા એ ચાં નો કપ અને ફૂલ બને સ્મિત સાથે સ્વીકાર કર્યા.

"આ ચાં સરસ છે."

"થેન્ક યૂ."

થોડી વાર મૌન રહ્યું અને એ મૌન માં હું ગીત ગાવા લાગ્યો.

"હમ તુમ કિતને પાસ હે કિતને, દૂર હે ચાંદ સિતારે, સચ પૂછો તો મન કો જૂઠે લગતે હે યે સારે.. મગર અછે લગતે હે, યે ધરતી, યે નદીયા, યે રેના, ઔર.. તુમ .."

"થોડું ખોટુ ગાયું, પણ સરસ ગાયું.." ઊર્મિલા એ હસતાં હસતાં કહ્યું.

એ ગીત સાથે સાથે ક્યારે અમારા બંને ના આંગળા ના ટેરવાં ઓ ભેગા થઈ એક બીજા ના હાથો માં હાથ રાખ્યો એ ખ્યાલ જ ના રહીઓ. અમારી વચે મૌન રહ્યું અને પછી ફરીથી મળવાના વાયદા સાથે અમે લોકો હોસ્ટેલ જતા રહ્યા. પણ ઊર્મિલા નો જવાબ ના મળ્યો મને. એની હા હતી કે ના હતી એ હજુ ચોક્કસ મને ખ્યાલ ના આવ્યો. હું વિચારો ની અવઢવ માં એ રાત જાગતો રહ્યો અને બારી ની બહાર રામ ઝૂલા પર ચાલી રહેલા લોકો ને નિહાળી રહ્યો. મે ઊર્મિ ને મેસેજ કર્યો અને કહ્યું કે આવતી કાલે ટ્રેન તો ૩ વાગયા ની છે તો ત્યાં સુધી તો ટાયમ છે તો આપડે લોકો રિવર રાફ્ટિંગ માટે જઈએ. બીજે દિવસે સવારે અમે લોકો રીવર રાફ્ટિંગ માટે ગયા. ઊર્મિ એ કહ્યું કે તમારા પ્રપોસલ નો જવાબ હું નિરાંતે આપીસ અત્યારે એ વિષે કઈ વિચાર્યું નથી. ત્યાં થી અમે લોકો છુટા પડ્યા.

હું ઘરે તો આવી ગયો પણ મારુ હ્રદય પહાડો ની ઊર્મિ માં જ ખોવાયેલું હતું. હવે મને કામ માં પણ ક્યાંય મન નહોતું લાગતું. બસ આખો દીવસ ઊર્મિ ના જ વિચારો ચાલ્યા કરતા. હું રોજ સવારે ઉઠીને પેહલા એને ગુડ મોર્નિંગ નો મેસેજ કરું પછી જ મારી સવાર થાય. હું ઊર્મિ ને કોઈ ફ્રોર્સ નહોતો કરવા માંગતો એટલે મે ફરીથી એને મારા પ્રપોસલ વિષે પૂછ્યું જ નહીં. બસ રોજ નોર્મલ વાતો જ કર્યા કરી. હું ઊર્મિ સાથે રોજ મેસેજિસ માં જ વાતો કરતો. ફોન માં ભાગ્યે જ વાત થતી. ઊર્મિ સાથે મારો લગાવ દિવસે દિવસે વધવા લાગ્યો. મે એને કોલ માં વાત કરવા માટે પૂછ્યું તો એક દીવસ એણે ના પાડી દીધી અને કહ્યું કે મને તમારી સાથે વાતો કરવું નથી ગમતું. મારા મન માં એક સાથે હજારો વિચારો દોડી રહ્યા કે શું ઊર્મિ ને બીજું કોઈ તો, નઇ પસંદ આવી ગયું હોય કે મારાથી કઈ બીજું ખોટું તો નથી બોલાય ગયું હોય. પણ મને કોઈ જવાબ નહોતો મળી રહીઓ.

હવે દિવસે દિવસે ઊર્મિ મારા મેસેજિસ નો જવાબ આપવામાં વાર લગાવી રહી હતી. મારુ ક્યાંય મન નહોતું લાગતું એટલે હું રજા આવી એટલે ઉદયપુર ફરવા ચાલ્યો ગયો. ઉદયપુર ના બજાર માં ફરતા ફરતા પગ માં પહેરવાની ની એંકલેટ જોઈ અને તરત જ મને ઊર્મિ નો ખ્યાલ આવ્યો એટલે મે ખરીદી લીધી. એ દિવસો માં ઊર્મિ સાથે વાત ઓલ્મોસ્ટ બંધ થઇ ગઈ હતી. હવે લગભગ બે મહિના જેવો સમય થવા આવ્યો અને મારી ધીરજ ખૂટી રહી હતી.

મે ઊર્મિ ને મેસેજ કર્યો કે તારા માટે એક ગિફ્ટ લીધી છે અને તને મળીને મારે એ ગિફ્ટ આપવી છે. મહામેહનતે ઊર્મિ મળવા માટે રાજી થઈ. હું બરોડા ની બસ પકડીને ઊર્મિ ને મળવા ચાલ્યો ગયો. રાત ત્યાં રોકાઈ ગયો અને બીજે દિવસે ઊર્મિ ને મળવા માટે આતુરતા થી રાહ જોઈ રહીઓ. અંતે એ ક્ષણ આવી ગઈ અને ઊર્મિ એ મને લોકેસન મોકલ્યું

ત્યાં હું એને મળવા પહોંચી ગયો. ઊર્મિ એ મને એક શિવ મંદિર પાસે મળવા માટે બોલાવ્યો હતો. અમે લોકો દર્શન કરીને મંદિર ની પાસે એક બદામ ના જાળ નીચે બેસયા.

"કેમ છે ઊર્મિ? ઘણા દિવસે તને જોઈ, તું આ સફેદ ડ્રેસ માં ખૂબ સુંદર દેખાય છે અને આ તારા માથા લાગેલી બિંદી ખૂબ શોભે છે તને"

"હા સારું છે મને .. થેન્ક યૂ. "

"ઊર્મિ તારા વગર કઈ ગમતું નથી મને. પેહલે તો મારી એકલતા સાથે મારી દોસ્તી હતી ત્યારે હું જીવન કાઢી રહીઓ હતો. પછી તને મળ્યા પછી એવું લાગ્યું કે જીવન જીવી પણ શકાય છે."

"હું તમારી લાગણીઓ ની કદર કરું છું પણ.."

"પણ શું ઊર્મિ ? એવું તે શું છે, જે તને રોકી રહ્યું છે?"

ઊર્મિ થોડી વાર સુધી કઈ જ ના બોલી અને અમે દૂર કોયલ ના અવાજ ને સાંભળીને બેસી રહ્યા. ઊર્મિ માટે હું જે એંકલેટ લઈને ગયો હતો એ મે એને આપી.

"એંકલેટ સરસ છે.. થેન્ક યૂ ફોર ધિસ"

ઊર્મિ ના અવાજ માં મને લાગણીઓ ની ઉણપ દેખાય રહી હતી. એવું લાગતું હતું જાણે એ પરાણે મને મળી રહી હોય. કઈક તો એવું હતું જે ઊર્મિ ને ખૂંચી રહયું હતું. મને એક વાર તો એમ થયું કે મારા આત્મસમ્માન ને લઈને હું ત્યાં થી ઊભો થઈ જતો રહું પણ ઊર્મિ પ્રત્યે નો મારો સ્નેહ વધારે ભારી હતો જેને મને ત્યાં જ રોકી રાખ્યો હતો.

"સારું તો હું જાવ હવે ?"

"ઊર્મિ હજુ તો પાંચ મિનિટ પણ નથી થઇ, થોડી વાર બેસને પ્લીસ?"

હું ઊર્મિ ને આજીજી કરતાં કરતાં એને જોઈ રહ્યો પણ મને મારા બધા પ્રયાસો વ્યર્થ લાગતાં હતા. અમે હવે છુટા પડવાની ઘડી પર હતા. એટલે હું બોલી રહીઓ.

"ઊર્મિ શું જતાં જતા મને એટલો જવાબ મળી શકે ? કે હું તારી રાહ જોવ કે ના જોવ ?"

"તમને યોગ્ય લાગે એમ કરી શકો, મારા પાસે તમારી વાત નો કોઈ જવાબ નથી."

"ઊર્મિ, મારૂ પ્રપોસલ ???"

"સોરી મયુર, પણ મને નથી લાગતું કે આપડી વચે એવું કઈ પોસિબલ હોય."

"ઊર્મિ, તને બીજું કોઈ ગમે છે ? કે તારા જીવન માં કોઈ વિષેશ છે ?"

"એવું કઈ નથી, પણ તમારી સાથે ના સપનાઓ હકીકત થઈ શકે એવું મને નથી લાગતું. મને ખુસીઓ થી ડર લાગે છે"

"ઊર્મિ જ્યારે આપડે મળ્યા ત્યારે તો તું બહુ ખુસ હતી. અચાનક થી એવું તે શું થઈ ગયું?"

"મને જાવું છે, મને મોળું થાઈ છે.. બાય મયુર"

ઊર્મિ મારી કોઈ વાતો નો જવાબ દીધા વગર જ ચાલી ગઈ. હું થોડી વાર સુધી ત્યાં જ બેસી રહીઓ અને હજારો ઓવરથીનકિંગ ના વિચારો સાથે મારો પગ ત્યાં થી ઉપડ્યો જ નહીં. હું ફરીથી મંદિર માં ગયો અને મહાદેવ ને પ્રાથના કરવા લાગ્યો કે, 'હે ઈશ્વર ઊર્મિ ને મારા જીવન માં લાવી દો'. અસફળતા નો એ કોથળો, હું મારા ખભા પર લઈને ત્યાં થી જતો રહીઓ. હું રસ્તા માં વોટ્સેપ જોવ તો ઊર્મિ નું ડીપી નહોતું અને મને ઇન્સ્ટાગ્રામ માંથી પણ મને અનફ્રેન્ડ કરી દીધો હતો. મારુ કાળજું કંપી ઉઠ્યું અને ઊર્મિ પર મને ગુસ્સો આવવા લાગ્યો કે, એ આવું સૂકામ કરતી હશે. લાગણીઓ પર આટલી ક્રૂરતા સુકામ?

હું ધ્રુજી રહ્યો અને રડવા લાગ્યો પણ મારી આંખ માંથી આંશુ ને બહાર આવવાની મે પરવાનગી ના આપી. મૃત્યુ જ્યારે તમારી સાવ નજીક આવી જાઈ અને જીવન સાવ વ્યર્થ લાગવા માંડે એવી લાગણીઓ મારા મન માં ભમયા કરી. મને થયું કે હું હવે જીવન માં હું શું કરીસ. આ એક વ્યક્તિ વગર જીવન નિરર્થક લાગે છે.

હું ઘરે આવી ગયો અને ખુદ ને બહુ જ હિમ્મત થી સંભાળવાની કોશિસો કરવા લાગ્યો. મને થયું આજ મારુ ભાગ્ય છે. એમજ બીજા બે મહિના નીકળી ગયા. હું વચ માં વચ માં ઊર્મિને ઈમેલ મોકલી રહ્યો કે ઊર્મિ એક વાર મારી સાથે વાત કરી લે. મને એની એવી તે લગની લાગી હતી કે સંસાર સાવ મને નિરર્થક ભાસી રહયો હતો.

અંતે એક દીવસ ઊર્મિ નો મને કોલ આવ્યો.

"હેલ્લો, તમારા ઈમેલ મળ્યા મને. કેમ છો તમે ?"

"મને સારું છે ઊર્મિ. તને કેમ છે?"

"હા બસ ચાલે રાખે છે જીવન"

ઊર્મિ સાથે કરવા માટે લાખો વાતો હતી પણ હવે એને કેહવા માટે મારી જીભ જ નહોતી ઊપડતી. હવે મને ડર લાગતો હતો કે શું આ જ છે, છેલી વાર ની વાત. અમારી વચે ફરી મૌન રહ્યું.

"ઊર્મિ તારા જીવન માં જે કોઈ પણ પ્રોબ્લેમ હોય, તું મને એક વાર કહી તો જો. હું સોલ્વ કરી દઇસ."

"પ્લીસ તમે એમાં ના પડો. તમે તમારા જીવન માં આગળ વધો અને ક્યાંય સારી છોકરી જોઈ લગ્ન કરી લ્યો. "

"પણ ઊર્મિ...."

પણ ઊર્મિ મને તો તું જ ગમે છે.. આવું હું મન માં જ બોલી રહ્યો.

"સારું ત્યારે, ધ્યાન રાખજો બાય.."

આટલૂ બોલી ને કદાચ ઊર્મિ એ ફોન સાઈડ મા જ રાખી દીધો. હું હેલ્લો હેલો કરી રહીઓ પણ કોઈ જવાબ નહોતો આવતો. પછી ઊર્મિ નો રડવાનો અવાજ મને સંભળાય રહીઓ. ઊર્મિ ને જિનલ એક બીજા સાથે વાતો કરી રહ્યા હતા.

"ઊર્મિ, તું એને કહી દેને, એ તને આટલો ચાહે છે તો એ સમજી જસે તને.. તું ખુદ સાથે અને એની સાથે આવું કેમ કરે છે?"

"પણ મને કઈ નથી સમજાતું જિનલ.. હું એને કેમ કહું કે મારા ડિવોર્સ થયા છે.. એ મને નહીં સ્વીકારે તો?"

"ઊર્મિ તે એક વાર કોસિસ પણ નથી કરી.. એક વાર એને કહી તો જો.. શું ખબર એ માંની પણ જાઈ."

"ના હૂ એને .. નહીં કેહવા માંગતી. એને જો એ સ્વીકાર નહીં કરે તો હું...."

આટલું બોલી ને ઊર્મિ રડવા લાગી. અને કોલ પણ કટ થઈ ગયો. હું હવે બધુ જ સમજી ગયો કે ઊર્મિ ડિવોર્સડ છે અને એટલે જ એ વાત ના કારણે એ મને એનાથી દૂર કરી રહી હતી. મે પછી ઊર્મિ ને ઈમેલ કર્યો અને આખી વાત લખી કે ઊર્મિ મને ખ્યાલ છે કે તારા ડિવોર્સ થઈ ગયા છે. અને હું તને સ્વીકાર કરવા તૈયાર છું. તારા સ્વમાન ને ક્યારેય ઠેસ નહીં પહોંચવા દવ.

પણ ઊર્મિ એ મારો એ ઈમેલ નો કોઈ જવાબ જ ના આપ્યો. મારી હિંમત પણ ખૂટી રહી હતી. કેમ કે હવે મને લાગતું હતું કે પરાણે પ્રીત ના થાય. પણ ક્યાંય ને ક્યાંય

ઊર્મિના હ્રદય માં મારા માટે થોડો સ્નેહ હતો. બસ એ પોતાના ભૂતકાળ માં થી બહાર જ નહોતી નીકળી શકતી એવું લાગ્યું. મે થોડા દિવસો પછી ફરીથી ઈમેલ કર્યો અને એ દિવસે ઊર્મિ નો ફોન આવ્યો. કદાચ એને મારા બંને ઈમેલ વાંચી લીધા હશે.

"મયુર ?"

"હા ઊર્મિ, હું અહિયાં જ છું.. તું કોઈ ચિંતા ના કર.. બધુ ઠીક થઈ જશે. હું તારી સાથે છું."

"મને નથી સમજાતું કે હું શું કહું તમને"

ઊર્મિ નું ધ્યાન ભટકાઈ અને એનુ દુખ થોડું હળવું થાય માટે મે વાત ફેરવી.

"ઊર્મિ મે એક સુંદર કવીતા હમણાં સાંભળી છે, તું સાંભળીસ ખરી?"

"હા બોલો, કોઈ વાંધો નઇ. હું સાંભળું છું"

"કુંટી કુંટી ને ફંટાઈ છે કવિતાઓ જ્યાં રસ્તે ચડયો હું યાત્રા તારી તરફ ,
ભાગી રહીઓ છું ખુદ થી, કે તું કહે મને ભાગી રહીઓ છું તારી તરફ,
ફેલાય ને જેમ કાંટાઓ ની વચે ઉગવું રહ્યું છે સપનું પણ ફૂલ નું,
લીમડો, વડલો કે બાવળ પણ ચાલસે, જો મલે હેત તારા રૂપ નું,
બહાર જોયા કરું સતત જાણે કેદી હું કોઈ માયાજાળ નો અંદર થી,
મુક્ત કરો કોઈ, મુક્ત કરો કોઈ, પ્રશ્ન લાગ્યો કોઈ મંત્ર હ્રદય થી,
હળાહળ જહેર કંઠ સુધી પહોંચી ગયું છે સમાજ ના બંધન ના શ્રાપ નું,
ખૂટ્યો છે વ્હાલ કોઈને, ખૂટી છે ધીરજ કોઇની, ખૂટ્યું લાગે છે અમૃત આપનું"

"બહુ સરસ છે કવીતા"

"ઊર્મિ તું એક વાર મને મળીલે પ્લીસ, આઈ પ્રોમિસ કે બધુ ઠીક થઈ જશે"

"મને નથી મળવું કોઈને.. હું રોજ બસ એકલી એકલી રડ્યા કરું છું. મને નથી સમજાતું કે મને શું કરવું છે"

"શાંત થઈ જા.. જો આ રવિવારે તારે રજા હશે આપડે મળીએ.. ભલે તું કઈ ના બોલજે બસ. ખાલી બેસજે બાજુમાં"

"હા. સારું .. આવો"

હું ઊર્મિ ને મળવા એના ઘરે ગયો. એના મમી પ્પા ને પણ મળ્યો અને બહુ બધા પ્રયત્નો બાદ ઊર્મિ માની ગઈ. ઊર્મિ ના પાછલા મેરેજ માં થી જે એની સાથે ઇમોસનલ એબયુસ થયા હતા એમાં થી બહાર નીકળતા એને સમય લાગ્યો. છ મહિના પછી અથાક સ્નેહ અને હૂંફ ના વાતાવરણ થી ઊર્મિ ઠીક થઈ ગઈ અને ખુદ નો સ્વીકાર એને કરી લીધો.

આવી પરિસ્થિતિ માં ઘણી વાર દુનિયા સ્વીકાર કરે ના કરે સૌથી પેહલા તો ખુદ નો જ સ્વીકાર કરવા માં ઘણો સમય લાગી જતો હોય છે. અને અમે લોકો એ કોર્ટ મેરેજ કરી લીધા. એના પછી ના મહિને અમે લોકો માઉન્ટ એવરેસ્ટ બેસ કેમ્પ પર ટ્રેકિંગ માં ગયા. અને એવરેસ્ટે બેસ કેમ્પ ના પથ્થર ની ફરતે સાત ફેરા ફરી મે ઊર્મિ ને પહાડો ની વચે વચન આપ્યું કે જીવન ભર હું એને એટલો જ પ્રેમ કરીસ. સુખ દુખ માં એની સાથે ઊભો રહિસ. અને એના આત્મસમાંન ની રક્ષા કરીસ. તો આવી રીતે મને પહાડો માં ઊર્મિ મળી અને મારી એકલતા ના સમય પર પૂર્ણવિરામ લાગ્યો.

૨. સંબંધ ઓનલાઈન છે – (નેત્રી નો અનુરાગ)

“ઇન્ટરોવર્ટ” આ નવી પરિભાષા ની પાછળ છુપાયેલી છે આજ ની ઘણી બધી સર્જનાત્મક વ્યક્તિઓ. એકસ્ટરોવર્ટ એટલે કે એવા લોકો જે શરમાળ નથી. પણ આપડી જૂની કહેવત છેને કે, લાકડા ના પોલ અને માણસ ના પેટ ની ખબર ના પડે, કે એની અંદર શું હોય. પહેલા ના ટાયમ માં કોઈ પસંદ આવતું તો એને પ્રેમ કનફેસ કરવામાં બહુ જ સમય લાગતો. પેહલા રોજ એની પાછળ પાછળ જતા, પછી નામ પૂછવાનું, પછી પસંદ નાપસંદ પૂછવાની અને પછી કેહવાતું કે હું તને પ્રેમ કરું છું. એજે પાછળ પાછળ ફરવાની રીત હતી એ હવે ઓનલાઈન માં ફ્રેન્ડ લિસ્ટ માં વેટિંગ પર બેઠા રહેવા સમાન છે. છોકરી કે છોકરો રિક્વેસ્ટ એક્સેપ્ટ કરે પછી વાતો શરૂ થાય અને ઘણી વાર તો ત્યાં થી જ સીધા બ્લોક થઈ જાઈ. આજે ઇન્ટરનેટ નું ક્ષેત્ર ખૂબ જ વિશાળ થઈ ચૂક્યું છે. તો રોજ ઘણી છોકરીઓ ને નવી નવી પ્રપોસલ આવતી હોય છે. ફિલ્ટર ના જમાના માં વ્યક્તિ નું સાચું સ્વરૂપ ઓડખવું લગભગ નામૂનકીન જેવુ થઈ ગયું છે. ઘણા બધા લોકો હવે ઘણું ખરું જીવન ઓનલાઇન જ જીવે છે.

‘ઓમેગલ’ એક વેબસાઇટ હતી જે હવે બંધ થઇ ગઈ છે. તેમાં કોઇ પણ રજીસ્ટ્રેસન વગર વિડીયો ચેટ થતી. હું ત્યાં પણ ટેક્સ્ટ ચેટ જ કરતો. આપડા જીવન માં આજે એ હાલ છે કે અજાણ્યા લોકો ને આપડી મન ની વાત શેર કરવામાં એટલો સંકોચ નથી થતો જેટલો જાણીતા સાથે થતો હોય છે. કારણ કે સામે વારી વ્યક્તિ મારી વાત ને કોઈ જજમેંટ થી જોસે એવો ભય ઘણા ખરા લોકો ને સતાવતો હોય છે. મારી પણ આ રીતે ઓનલાઈન કોઈ જોડે વાત થઈ હતી.

“હાઇ, મારુ નામ છે વૈરાગ્ય..”

“હાઇ, આઈ એમ નીશા”

“તો, નિશાજી કયા ઢૂંઢ રહે હો આપ યહાં?”

“કુછ ભી નહીં, બસ ટાયમ પાસ. ”

“ગુજરાતી?”

“હા, વાવ, હું પણ ગુજરાતી જ છું”

હવે અમે બંને એક બીજા સાથે વાતો કરવા માટે થોડા વધુ કમ્ફર્ટેબલ હતા.

મારી નાઇન્ટિસ ની ઉંમરના કારણે મારુ આવી રીતે વાત કરવું મને સ્વાભાવિક જ લાગતું. કોઈ પણ ને રિસ્પેક્ટ થી વાત કરવી જોઈએ. પણ આ વખતે હું જેના સાથે વાત કરતો હતો એ જેનજી જનરેસન ની છોકરી હતી. ફાસ્ટ, હાજર જવાબી અને બલન્ટ.

મે નીશા સાથે વાત કરવાનું શરૂ કર્યું અને થોડી વાર માં, અમને બંને ને એક બીજા સાથે વાતો કરતાં ગમવા લાગ્યું. અહિયાં થી અમે ઇન્સ્ટાગ્રામ પર પહોંચી ગયા. એક બીજા ના આઈ ડી એક્સ્ચેન્જ કર્યા. ત્યારે ખબર પડી કે એનું નામ તો 'નેત્રી' છે. અને એને પણ ખબર પડી કે મારુ નામ અનુરાગ છે. પેહલી જ વાર માં પોતાની સાચી ઓડખ ના આપવી એટલું તો હું સીખી ગયો હતો. અને મને ખબર હતી કે સામે પણ કોઈ જલ્દી થી પોતાની સાચી ઓડખ નથી આપતું. કહેવાય કે ચેતતો નર સદા સુખી. પ્રિકોસન ઇસ બેટર ધેન ક્યોર. અમારે વાત થઇ, અમે ઓનલાઈન ડેટિંગ એપ્સ પણ ટ્રાય કરી લીધી છે. ખાસ અહિયાં ઘણી વાર કોઈ સારા વ્યક્તિઓ પણ મળી રહે છે વાત કરવા માટે. કેવી અજાયબી છે નઇ? કે વાતો કરવા માટે પણ હવે માણસો શોધવા પડે છે. એક બાજુ જ્યાં ઈન્ટરનેટ ની મદદ થી દુનિયા ના ગમે તે ખૂણે વાત કરી સકાય છે પણ બાજુ માં બેઠેલી વ્યક્તિઓ સાથે પણ લોકો મોઢા બગાડી ને બેઠા હોય છે. મે મારા ફ્રેન્ડ્સ પાસે થી સાંભળેલું કે એરપોર્ટ ની લોન્જ માં બહુ જ ક્લાસ લોકો હોય છે. મે એક વખત કોસિસ પણ કરી એ જાણવા માટે. પણ મે જોયું કે ત્યાં તો આનાથી પણ વધારે ખરાબ હાલત છે. અમુક લોકો ની અંદર એમનો ક્લાસ એવો તે ધૂસી ગયો છે કે લગભગ અભદ્ર મૌન સમાન જ દેખાય આવે છે.

વેબસાઇટ થી હવે હું ને નેત્રી ઇન્સ્ટાગ્રામ પર આવી ગયા અને એમાં અમે બંને એ એક બીજાના ફોટોસ જોયા. હું એક એવરેજ લૂકિંગ છોકરો અને નેત્રી પણ એમજ હતી પણ

મને એ સુંદર લાગતી હતી. અમે લોકો ઓનલાઈન જ ચેટ કરતાં. નેત્રી ગુજરાતી છે એટલી તો ખબર પડી પણ એ કયા રહે છે એ ના કીધુ. અમારે જોકે, એ વિષે વાત જ ના થઇ.

"નેત્રી, તું અત્યારે કોઈ રિલેનશનશીપ માં છે?"

"ના, કમીટેડ તો નથી પણ એક સિચુએસનશીપ ચાલે છે, બાકી જોઈએ આગળ. "

"અચ્છા"

"અને તમે?"

"ના, હું તો સિંગલ જ છું હજુ"

"તમારી આટલી ઉમર થઇ, હજુ સુધી કોઈ ના મળ્યું?"

"અરે, યોગ્યતા તો છે, પણ નશીબ નથી"

"તમારા ફોટોસ અને ઇંસ્ટા પર લખેલી પોએટ્રી જોઈને તો લાગ્યુ કે ગર્લફ્રેન્ડ તો હશે જ."

"હા, ઘણા ને એવું લાગે છે, પણ એવું છે નઇ."

"એનિવેસ, ચલો કોઈ રમુજ વારી શાયરી તો સાંભળાવો"

"ઓહ, મે આજ સુધી તો પ્રેમ વિષે જ વધારે લખ્યું છે, તો પણ છતા.. ચાલો ટ્રાય તો કરું"

"હા, બોલો બોલો"

"મે, એક મારો ફ્રેન્ડ છે એના માટે લખ્યું તું, બટ કઈ ખાસ નથી, એ તો એમજ ટાઇમપાસ છે"

"અરે, મોકલો તો ખરી.. મને ભી ખબર પડે.."

"નથી તુંય ખોટો કે નથી અહી કોઈ સાચું, હિસાબ શેનો માંગે છે ડોફા, અરીસા માં જોયું છે તે, તારું ડાચૂ,

મને નથી સમજાતું આ અધરું જીવન જેમાં ઝેર છે શ્રાપ નું, બધુ જ સરખું થઇ જાત, પણ માંને છે કયા તું કોઈના બાપ નું,

હાલતા ને ચાલતા આંખો આમ તેમ તારી થાઈ છે, ધોલ માં પળે તોઈ અપલકખણા વેળા કયા જાઈ છે.."

"હાહાહા, જબરું હો બાકી"

હું ને નેત્રી અવાર નવાર વાતો કરવા લાગ્યા. લાગે છે અમારી વાઈબ મેચ થઈ ગઈ. અમે લોકો હવે કોઈ પણ ફિલ્ટર વગર એક બીજાને કોઈ પણ વાતો શેર કરી દેતા એવો એક વિશ્વાસ એક બીજા વચ્ચે કેળવાય ગયો. પણ સંબંધ તો ઓનલાઈન જ છે.

"તમે તો સારું લખો છો"

"હા, મારા મોબાઈલ માં નોટ્સ ભરેલી પડી છે. જ્યારે પણ કઈક વિચાર આવે એટલે લખી લેવાનું"

"અચ્છા તો કઈક શેર કરો"

"સ્યોર"

મે નેત્રી ને મારી આ લખેલી નોટ્સ મોકલી.

શું તમને ભૂખ લાગે છે? ના ના જમવાનું નથી કેહતો , એ તો બધાને લાગતી જ હોય છે. હું વાત કરું છું લાગણીઓ ની અને સ્નેહ ની. એની પણ ભૂખ લાગતી હશે ને. મને ખબર છે કે પૈસા આપીને આપડે મોંઘા રેસ્ટોરેન્ટ માં જઈને સારું જમવાનું તો જમી જ શકીએ. પણ શું આપડે લાગણીઓ થી ભરેલી મનગમતી ઉર્જા (compatible energies) ખરીદી શકીએ? શું આપડે ગાઢ આલિંગન માં થતો અનુભવ ખરીદી શકીએ ? કોઈ સાથે ગાઢ વાતો કરતાં કરતાં નદી ને કિનારે ફરવાનું ખરીદી શકીએ ? મને ખબર છે આ બધુ મફત માં પણ ઘણી વાર મળી જતું હશે પણ શું આપડે એની એટલી કદર કરી છી ખરા? શું આપડે સાચે આપડા સુખ દુખ, આપડી અંદર વીતી રહેલ ગૂઢ લાગણીઓ વહેંચી છી ખરા?, રાત ના સપનાઓ નો ડર હોય કે ભવિષ્ય ને લઈને થનારી ચિંતા હોય, શું આપડે મન મૂકીને બધુ કોઈને કહીએ છીએ ? એવું તે શું છે જે આજ ના વ્યક્તિઓ ને રોકી રાખે છે ? જ્યારે માણસ પાસે કોઈ એવું નથી હોતું અને એ કંટાળી ને મરવાનું પસંદ કરે છે.. કેહવું જોઈએ કોઈને, વાત કરવી જોઈએ, મનમાં ભરીને જીવશો તો મન ભરીને કેવી રીતે જીવશો? સામે વારી વ્યક્તિ આપડે સમજી જ ના શકે એવો ડર આપડે ઘણી કોઈ વાત કરવા જ નથી દેતો. અજાણ્યા ને હૈયું ખોલી ને ઘણી વાર લોકો વાતો કરતાં હોય છે તો શું આપડા પ્રેમી પાત્ર ને અથવા આપડા માં બાપ ને પણ એ વાત હિમ્મત કરીને ના કહી શકાય? અડધા થી વધારે લોકો તો કોશીસ જ નથી કરતાં. ઘણી વાર બસ આમજ લાગણીઓ અને હૂંફ ગૂંગળાય ને મરી જાય છે. મનુષ્ય ને પૈસા જીવન નિર્વાહ માટે જોઈએ છે, માનું છું , સાથે સાથે લાગણીઓ, હુંફ, પ્રેમ, પણ એટલો જ

જરૂરી છે. અને સૌથી મોટી વાત એ છે કે તમે જીવતા છો, આ વાંચો છો. તો પછી શાની રાહ જોવાની. લાગણીઓ આપતા અને માંગતા શરમાવું નહીં.

નેત્રી નો જવાબ આવ્યો અને અમે બને એ વાતો એ વડગી ગયા.

"ઓહો, ઓ માઈ ગોડ, આવું બધુ આપડા થી તો ના થાઈ હો, હું મારા મમી પ્પા ને આવું કહેવા જાઈસ તો મને ઘેર થી કાઢી મુકસે, આ બધુ એ લોકો ના સમજી શકે." – નેત્રી એ કહ્યું.

"હું એજ કેહવા માંગુ છું, કે આપડે બધા એ ઘણા ખરા અંશે એવું નક્કી કરી લીધું છે કે, એ લોકો આપડે નહિ સમજી શકે, એટલે આપડે કોશીશ પણ નથી કરતાં અને ઘણી વાર આપડે કોઈ પ્રેમ કરતું હોય તો એનો પણ આપડે અસ્વીકાર એટલે કરતાં હોય કે આપડા માઇન્ડ માં એક લઘુતાગ્રંથિ બંધાઈ ગઈ હોય છે. " – મે કીધુ

"જુઓ અનુરાગ, મારુ તો એવું માનવું છે કે પ્રેમ વ્રેમ જેવુ કશું હોતું જ નથી, આ બધુ ફિજિકલ આકર્ષણ જેવુ છે બસ. મને એક વખત એક છોકરાએ આઈ લવ યુ કીધુ, પછી મે કીધુ કે ચલ આપડે લગ્ન કરી લઈએ, તો કે , ના ના એવું મે કઈ વિચાર્યું જ નથી. એટલે આવું તો મે ઘણી વાર અનુભવ કર્યું છે. કોઈને છેને બંધાવું નથી અત્યાર ના જમાના માં. મન ફાવે એમ જીવવું છે. હું તમને એક એકસામપલ આપું, હું મારા પ્પા ના લગ્ન ની ડીવીડી જોતી હતી ત્યારે મે જોયું, કે ત્યારે લોકો ને બેસાડી ને જમાડતા અને પીરસ્તા, બટ અત્યારે તો બુફે નો જમાંનો છે, જેને જે જોઈએ, એ એટલું લઇલે. તો લાગણીઓ નું પણ અત્યારે એવું જ કઈ થઈ ગયું છે. બુફે લાગેલું હોય છે, જેને જેવુ ફિલ કરવું હોય એવું પોતાની રીતે એડજસ્ટ કરી લેવાનું." – નેત્રી એ કહ્યું.

મારી અને નેત્રી ની માનસિકતા ઘણી જુદી હતી અને અમારી ઉમર ના ફેર ના લીધે આવું હોવું સ્વાભાવિક પણ હતું. પણ અમને બંને ને એક બીજા સાથે આમ વાતો કર્યા કરવી બહુ ગમતી. અમે બને તર્ક વિતર્ક માં કલાકો કાઢી નાખતા. અમારો ઓનલાઈન વારો આ સંબંધ દિવસે દિવસે ગાઢ થતો ગયો.

મારા એક બહુ જ જૂના ફોટો પર નેત્રી નું લાઇક આવ્યું અને મને પૂછ્યું કે આ કેપ્સન શું છે? મે ઇન્સ્ટાગ્રામ પર મારા ટેટ્ટ નો એક ફોટો મૂકેલો હતો.

"ચાલો આ કેપ્સન શું છે કહેશો મને?"

"હાહા, અરે એ બહુ લાંબી સ્ટોરી છે. બટ ચાલો કહું બસ. "

"હા જલ્દી, મને કઈક એક્સાઇટિંગ લાગે છે"

"હું થોડા ટાઈમ પેહલા ગોવા ગયેલો, હું બાર માં બેસી ને બીયર પીતો હતો, અચાનક એક સુંદર મજાની ની છોકરી આવી અને મારી બાજુમાં બેઠી. એ કઈ ગોડી ખાઈ રહી હતી. મને આવો કોઈ જ આઇડિયા નહોતો. મારી જોડે વાતો કરી ને મને એને કન્વિનસ કરી લીધો કે એ બહુ સારો નશો કરાવે એવી ગોળી છે. મે કઈ જાજુ વિચાર્યા વગર એ ગોળી ખાઈ લીધી. અને ત્યાર પછી સીધો સવારે જ ઉઠ્યો અને જોયું કે મને બેક માં બહુ પેઇન થાઈ છે. પછી અરીસા માં જોયું ત્યારે ખબર પડી કે રાત્રે નશામાં, મે આ ટેટ્ટ કરાવી લીધું છે. એકચુલી મારે આ ટેટ્ટ તો વર્ષો થયા કરાવું જ હતું પણ કોઈ દીવસ હિમ્મત નહોતી થતી. એ દિવસે નસા માં કરાવી લીધું હતું"

"હાહાહા, જબરૂં હો બાકી, બટ સ્ટારફીસ જ કેમ ?"

"સ્ટારફીસ એક એવું જીવ છે કે જે તૂટી જાઈ તોઈ પોતાની રીતે સાજુ થવાની શક્તિ ધરાવે છે. મે જ્યારે આવું જાણ્યું ત્યારે વિચાર્યું હતું કે હું પણ જ્યારે જ્યારે કોઈ કોઈ વાર મુન્જાઈ જતો હોવ તો ખુદ જ બધા ઉકેલ શોધતો હોવ છું. તો ધીરે ધીરે હું ખુદ પણ એવો સેલ્ફ મોટીવેટેડ થઈ ગયો. એટલે મને એ સ્ટારફીશ નો કન્સેપ્ટ ગમ્યો અને મે આ રીતે ટેટ્ટ કરાવ્યું."

"વેરી ઇન્ટરેસ્ટિંગ"

"થેંક્સ"

નેત્રી એ મને એક ફોટો મોકલ્યો. જેની અંદર એના સ્ટ્મક માં લેફ્ટ સાઈડ પર એક બટરફ્લાઇ બનેલૂ હતું. એટલે મે એને પૂછ્યું કે તું પ્રેમ માં માનતી નથી તો પછી આવું ટેટ્ટ શાને કરાવ્યું? એને કહ્યું કે જ્યારે ફર્સ્ટ ટાયમ ટેંથ ક્લાસ માં લવ થયેલો ત્યારે એના બોયફ્રેન્ડ ના સજેસન થી કરાવ્યું હતું અને હવે આ ટેટ્ટ એને વારે વારે યાદ અપાવે છે કે પ્રેમ તો, નો જ કરવો. મે જોયું કે નેત્રી ની વાતો માં અને લાગણીઓ માં એક તીવ્રતા હતી.

એક દિવસ નેત્રી નો મેસેજ આવ્યો.

"હેય મને એક વાત કરવી છે પણ નથી સમજાતું કેમ કહું?"

"રીલાક્ષ નેત્રી, જે પણ માઇન્ડ માં આવે એ કહી દે"

"મને તમારો નંબર આપોને, હું કોલ કરીસ તમને"

મે નેત્રી ને મારો નંબર આપ્યો અને પછી એનો કોલ આવ્યો.

"હવે વાત એમ છે, કે હું જે છોકરા જોડે સિચુએસનશીપ માં છું એને મારી જોડે પ્રેમ થઈ ગયો છે. હવે મને એ ટોક્સિક લાગે છે. એની બવ બધી એક્સપેક્ટેસન છે, કે લગ્ન કરીએ એન્ડ ઓલ, મારે શું કરવું?"

"જો નેત્રી, પહેલી વાત તો એ, કે મારો આ બહુ ખાસ વીષય નથી, કારણ કે અત્યારે ના જમાના ની આ બધી રિલેશનશીપ સમજવી મને થોડી મુશ્કેલ લાગે છે. મારૂ માનવું છે કે જે હોય એ સાચું કહી દેવાનું એટલે ભવિષ્ય માં કોઈ પ્રશ્ન ઊભો ના થાય."

"અનુરાગ, તમને કેમ સમજાવું, એટલું ઇસી નથી આ બધુ"

"સત્ય કોઈ દીવસ સરળ નથી હોતું નેત્રી, આજ નહીં તો કાલે તારે એ સ્વીકાર કરવું રહ્યું. "

"સારૂં ચાલો, કોસિસ કરું"

નેત્રી જે કેસૂઉલ રિલેસનશીપ માં હતી એ છોકરા ને એની જોડે પ્રેમ થઈ ગયો. હોય શકે કે આવી પરિસ્થીતી માં છોકરી ને પણ પ્રેમ થઈ જાઈ. પણ આ બધુ સમજવું મારા માટે એટલે મુશ્કિલ હતું કે આજકાલ લાગણીઓ કરતાં પ્રેક્ટિલ વિચારધારા વધુ પ્રબળ હોય છે.

નેત્રી એ થોડા દિવસો સુધી સોસિયલ મીડિયા પર દેખાતી બંધ થઈ ગઈ. એને પોતાનું એકાઉન્ટ પણ ડીએક્ટીવેટ કરી નાખ્યું. નેત્રી ની ઉમર પ્રમાણે એના આવા રીએક્સન મને સ્વાભાવિક લાગતાં હતા.

થોડા દિવસ પછી નેત્રી નો મને ફોન આવ્યો અને એ રડતી હતી.

"શું આપડે મળી શકીએ?"

"અચાનક શું થયું નેત્રી ?"

"તમને સમજાવીસ પણ તમે મને મળી શકો?"

"જો નેત્રી, હાલ તો હું કે ટુર પર સિક્કિમ જઇ રહ્યો છું, હું આવીને તને મળી શકું, ચાલસે?"

"એકચૂલી, મારી લાઈફ માં બવ બધુ ભેગું થઈ ગયું છે, મને કઈ સમજાતું નથી, શું હું પણ તમારી સાથે આવી શકું?"

"હા, મને કોઈ પ્રોબ્લેમ નથી, આવી શકે, હું તારું ટ્રેક નું બુકિંગ્સ કરી દવ છું."

નેત્રી એ ફ્લાઇટ્સ ની ટિકિટ બુક કરી દીધી અને એરપોર્ટ પર હું એને રિસીવ કરવા જતો રહ્યો. મે સપને પણ નહોતું વિચાર્યું કે આવી રીતે એરપોર્ટ પર અમારી પ્રથમ મુલાકાત થસે. અને નેત્રી આવી. હું એની સામે જતો રહીઓ. એ આવીને મને ભેટી પડી. મે પણ કોઈ રકજક વગર એ મોમેન્ટ માં ખુદ ને વહાવી દીધો. અમે બને એક બીજાંને ભેટી રહ્યા.

નેત્રી એ મને થોડી વાર સુધી એમજ પકડી રાખ્યો અને મને પણ એવું લાગતું હતું કે એની અંદર નું કોઈ ગાઢ દુખ બાષ્પીભવન થઇ રહ્યું છે એટલે મે કોઈ પણ જાત નું ઓપોસ ના કર્યું. એના માટે આમ કોઈને હગ કરવું કદાચ સ્વાભાવિક હશે પણ મારા માટે આ લાગણી થોડી અલગ હતી. એવું લાગ્યું જાણે એ કોઈ અથાગ સમય થી એવો નિખાલસ વ્હાલ શોધી રહી હતી, અને મને ભેટી ને એની શોધ કદાચ પૂરી થઈ. અમે બંને આ રીતે એરપોર્ટ પર એક બીજાને ભેટી પડસું એવું મે પણ સપને કદી વિચાર્યું નહોતું. અમને બંને ને આજુબાજુ ના લોકો જોઈ રહ્યા હતા જે મને થોડું અકળામણ જેવુ લાગ્યું એટલે મે નેત્રી ને કહ્યું.

"નેત્રી, તું ઠીક છે ? આપડે જઈએ ?"

આટલું જ મે હજુ તો કહ્યું કે નેત્રી રડવા લાગી. કઈક તો એવું હતું જે એને અંદર થી કોરી ખાઈ રહ્યું હતું. મે એના આંશુ લૂછતાં કહ્યું,

"જો, નેત્રી બધુ ઠીક થઈ જાશે , ચલ આપડે બહાર જઈને બેસીએ."

"હા ચાલો"

અમે બને એરપોર્ટ થી બહાર આવ્યા અને એક કેફે માં ટેબલ પર જઈને બેઠા. નેત્રી ની આંખો હજુ પણ ભીની હતી. મે ટેબલ પર થી પાણી આપ્યું અને અને એનો હાથ પકડી ને કહ્યું કે શાંત થઈ જા. બધુ ઠીક થઈ જસે. હું અહિયાં છું તારી પાસે. તું મન ખોલીને વાત કર. આઈ એમ ઓલ ઇઅર્સ. નેત્રી ની આંખો થી એવું લાગતું હતું કે કદાચ એ, એક બે દીવસ થી સૂતી પણ નહોતી. અને મારા મગજ માં પણ ઘણા બધા સવાલો ભેગા થઈ ગયા હતા. હું બસ એને શાંત કરવાની કોસીસ કરી રહીઓ હતો. મે કેફે માંથી એક ચાં અને કોફી ઓર્ડર કરી અને થોડી વાર સુધી એની પાસે બેસી રહીઓ.

"નેત્રી, તું આમ અચાનક ઘરે થી આવી ગઈ, ઘરે શું કીધુ ? એ લોકો ચિંતા નઇ કરે?"

"હું જનરલી આમ સોલો ટ્રાવેલ માં ગયેલી છું, એટલે કહી દીધું છે, મારે ઘરે થી એવો કોઈ પ્રોબ્લેમ નથી"

"ઓકે, હવે મને કે, અચાનક આ બધુ શું થઈ ગયું છે?"

"તમને યાદ છે મે પેલા છોકરા વિષે કીધુ હતું ?"

"હા, તારી સિચુએસનશીપ વારો ને?"

"હા, તો એમાં એવું છે કે એને સુસાઇડ કરવાની કોશીસ કરી, બવ બધી પ્રોબ્લેમ્સ થઈ ગઈ છે. ફેમિલી માં હજુ ખબર નથી પડવા દીધી. મારા ફ્રેન્ડ્સ ને ભી બવ ખાસ જાણ નથી કરી, નકર એ લોકો પણ મને જજ કરસે. આપડી બને ની વાતો થતી અને મને તમારા પર ટ્રસ્ટ છે કે તમે સમજસો."

"વેલ, હું સાંભળું છું, ગો અહેડ"

"હા તો એ મને પ્રેમ કરે છે, વી હેડ ગુડ ટાયમ ટુગેધર. મે એનો પ્રેમ રિજેક્ટ કર્યો તો એને સુસાઇડ કરવાની કોસીસ કરી, અત્યારે તો જેમતેમ કરીને એને મે સમજાવી દીધું કે હું એની સાથે લગ્ન કરવાં માટે રેડી નથી. આવું છે બસ. "

"ઓલરાઇટ, થઈ જાસે ઠીક, ડોન્ટ વોરી. શું હું એક વાર એની જોડે વાત કરું?"

"ના ના, વરી કોઈ પ્રોબ્લેમ્સ થસે અને હું હવે એવી કંડિસન માં નથી કે નવી કોઈ પ્રોબ્લેમ્સ એફોર્ડ કરી શકું"

"ઓકે"

થોડી વાર અમારી વચે મૌન રહ્યું. હવે ધીરે ધીરે નેત્રી નું મન પણ હળવું થઈ રહ્યું હતું અને એ શાંત થઈ ગઈ હતી. હું મારા મન માં એ વિચારી રહીઓ હતો કે શું લોકો પાસે અત્યારે એવા મિત્રો પણ નહીં હોય કે આવી રીતે નેત્રી ને મને અહિયાં સુધી આમ મળવા આવું પડ્યું. પણ કુદરત સામે કોઈ પણ જાત ના તર્ક વિતર્ક નકામા છે. અમે લોકો ત્યાંથી ટ્રેકિંગ પર જતાં રહ્યા. અને બે દીવસ પછી પાછા ગેંગટોક આવ્યા. ગેંગટોક આવીને હું વધુ બે દીવસ ત્યાં રોકવાનો હતો. નેત્રી એ પણ મારી સાથે રોકવાનું નક્કી કર્યું. અમે લોકો એ હોસ્ટેલ બૂક કરી અને ત્યાં રોકાઈ ગયા.

બીજે દિવસે અમે ગેંગટોક લોકલ ટુર કરવા ગયા. આ ટ્રેક પછી નેત્રી થોડી ખુશ હતી અને સ્ટેબલ પણ થઈ ગઈ હતી. ગેંગટોક માં અમે ફરતા હતા ત્યારે રોડ ક્રોસ કરતાં કે ચાલતા હોય ત્યારે નેત્રી મારો હાથ પકડીને ચાલતી હતી. એની વાતો અને એના વ્યવહાર થી મને હવે ધીરે ધીરે એની અંદર લગાવ ના એંધાણ દેખાતા હતા. મને પણ નેત્રી સાથે નો સમય ગમ્યો.

"સારું ચાલો, હવે હું ઘરે જાવ છું"

"હા, આઈ હોપ હવે તને ઠીક લાગતું હશે બધુ"

"હા, તમારી સાથે રહીને ઘણી ક્લારીટી મળી ગઈ છે આમ તો, તમે એકદમ શાંત અને સુંદર સ્વભાવ વારા વ્યક્તિ છો, મને ગમ્યું તમારી સાથે, અને આ ટ્રેકિંગ અને તમારી હૂંફ વારી લાગણીઓ એ મને ઘણી મદદ કરી. આભાર"

"મને પણ તારી સાથે નો સમય ગમ્યો, પછી મળીએ"

"હા, ટેક કેર, બાય બાય"

"તું પણ તારું ધ્યાન રાખજે અને હિમ્મત રાખજે, બધુ સોલ્વ કરી લઇસ તું, આઈ બિલીવ યુ"

બસ આટલી અમથી વાતો પછી નેત્રી ત્યાંથી જતી રહી. હું ત્યાં જ રોકાઈ ગયો. મને એવું લાગ્યું કે જાણીયે અજાણ્યે આ થોડા દિવસો જે અમે સાથે ગાળ્યા એમા ક્યાંક ને ક્યાંક અમારી વચે લગાવ નો સંબંધ બની ગયો હતો. નેત્રી બવ ઓપન માઇન્ડેડ છોકરી છે. એ મને કોમ્પલિમેન્ટ પણ આપતી અને જરૂરી પડ્યે કહી પણ દેતી જો એને કઈ પસંદ ના આવ્યું હોય તો. આથી અમારી વચે સંબંધ ને લઈને બહુ ખાસ કોઈ નામ નહોતું મળ્યું, બટ હવે અમે ગાઢ મિત્રો જરૂર બની ગયા હતા.

હું ત્યાં થી કાઠમંડુ ગયો. નેપાલ થી માઉન્ટ એવરેસ્ટ પાસે સ્કાય ડાઇવિંગ થાઈ છે જેના માટે હું ઘણા સમય થી રાહ જોઈ રહીઑ હતો. 29035 ફીટ પર થી છલાંગ લગાવી ને એ થ્રીલ ને ફિલ કરવું એ એક માનવીય અનુભવ ની પરાકાષ્ઠા જેવુ મને લાગતું હતું. લગભગ 35 હજાર ની કોસ્ટ આવે છે ખાલી એક જંપ માટે. સાધારણ સપનાઓ ને અસાધારણ બનાવાની આ તક ની હું ઘણા સમય થી તૈયારી કરી રહીઑ હતો. તેના પર એક શેર છે, કે ***ख्वाहिशे जब जिद बन जाए तो उसे नशीब के भरोसे नहीं छोड़ते,*** બસ આવું વિચારીને મે એ જમ્પ કરી લીધો. લગભગ આઠ થી દસ મિનીટ નો સમય લાગે છલાંગ લગાવીને જમીન પર પહોંચતા. આ એક એવો અદભૂત અનુભવ છે જે તમને જીવંત હોવાનો એહસાસ કરાવે છે. ડર અને ઉત્સાહ નો અનેરો સંગમ છે આ સ્કાઈ ડાઇવિંગ.

માનવીય જીવન માં બધા લોકો પોત પોતાની રીતે જીવંત હોવાના અવનવા નુસખાઓ ની હમેશા શોધ માં રહે છે. હું ત્યાં થી નીકળી ને પાછો ઘરે જવા ફ્લાઇટ માં બેઠો. એ સમયે મને ડે-જાવું નો અનુભવ થયો. મને એવું લાગ્યું કે હું આ ફ્લાઇટ માં પેહલા બેસી ગયેલો છું અને આ ફ્લાઇટ ક્રેસ થસે. હું ડરી રહીઑ હતો કે જો આવું સાચે થસે તો મારા જીવન માં કોઈ કોઈ અફસોસ રહી જશે. એ સમયે મને બીજું કઈ નહીં પણ નેત્રી નો ચેહરો

મારા વિચારો માં દેખાય આવ્યો. કદાચ એટલે કેમ કે નજીક ના સમય માં અમે જોડે હતા. ડે-જાવું ની બીજી એક એવી લોક માન્યતા પણ છે કે આપડું જીવન સેમ ટાયમ પર બીજા યુનિવર્સ માં ઘટિત થઈ રહ્યું હોય અને એજ સમય પર ક્રોસ થાઈ એક બીજા સાથે. એનો વૈજ્ઞાનિક અને તર્કસુધ જવાબ મને એ સમય પર મળ્યો નહીં. અને હું ઈશ્વર ને પ્રાથના કરીને બેસી રહીઓ. અંતે સહી સલામત હું ઘરે પહોંચી ગયો.

મારે અને નેત્રી ને ફોન પર વાતો થતી રહેતી, અને એક બીજાના જીવન ના અવનાવા કિસ્સા ઓ અમે રાત્રે એક બીજા સાથે વાતો કરીને શેર કરતાં રેહતા. નેત્રી એ કઠોર થઈને એના સિચુએસનશીપ વારા બોયફ્રેન્ડ ને પોતાની જિંદગી માં થી સક્સેસફૂલી કાઢી નાખ્યો હતો પણ કેહવાય ને કે જેમ માનશીક યાદો હોય એમ શારીરિક યાદો પણ હોય. નેત્રી ને એનો સેહવાસ ઘણી વાર યાદ આવી જાતો અને ત્યારે એ રડી લેતી પણ એ હવે તેની પાસે પાછું જવાનું સપને પણ વિચાર ના કરતી. દિવસે દિવસે નેત્રી સાથે વાતો કરતાં કરતાં મને પણ એની સાથે લગાવ થઈ ગયો અને હવે કદાચ અમને બંને ને એક બીજા ની એવી આદત પડી ગઈ હતી કે સંબંધ ને કોઈ ખાસ નામ આપ્યા વગર એક બીજા સાથે બોયફ્રેન્ડ ગર્લફ્રેન્ડ જેવો વ્યવહાર કરવા લાગ્યા. એક બીજાની ગાઢ વાતો શેર કરવી, ફોટોસ મોકલવા એ બહુ કોમોન રીતે રોજ થવા લાગ્યું. મને હવે નેત્રી ને ફરીથી મળવા નું મન હતું.

હું હવે અવાર નવાર નેત્રી માટે કવિતાઓ લખીને મોકલતો અને નેત્રી ને પણ એ ખૂબ જ ગમતું. જેમાં એક આ કવીતા એવી છે જે અમને બંને ને ખૂબ પસંદ છે.

"નેત્રી"

હું કાગળ કોરો કાટ, તું સ્નેહ થી તરબોળ કવીતા રંગબેરંગી,

હું સ્પર્શ વિહોણો પત્થર દેખાવ નો, તું મૂર્તિ આરસપાણ સમી,

હું રોજ દેખાડું છું હિમ્મત તારા વગર જીવન ને જીવવા ની,

તું છે શીલ છે ગૌરવ છે અને કાયા અપ્સરા સમા શ્રુંગાર ની,

હું ચાહું તને તો મારે મન રોજ નવો કઈ તેહવાર છે,

તું પણ મને ચાહે, તો લાગે નવો કઈ ચમત્કાર છે,

બને ના હૈયા એક જ સ્નેહ થી બંધાય એવો સાક્ષાતકાર છે,

નિત્ય કયા એવું થાઈ જે ધાર્યું હોય આપડે નશીબ ના ભરોસે,

નેત્રી ને કયા એવો કોઈ નિયમ લાગુ પડે, એતો કામણ જ પરોસે,

તું આજે આવે, કાલે આવે, કયા સુધી હું ધીરજ રાખું,

આવ હવે જલ્દી થી ભેટી પડુ હું તને, લાગણીઓ ને કયા સુધી ઠેલાવે રાખું?

મારી કવિતાઓ અને વાતો ની નેત્રી પર પણ એવી જ ગાઢ અસર દેખાતી હતી જેના કારણે મારા પ્રત્યે એને પણ પ્રેમ જેવી લાગણીઓ ઉદ્-ભવી હતી. અમે લોકો ફરીથી મળ્યા. હવે અમે એક બીજા સાથે થોડા વધારે ગાઢ રીતે નજીક આવી ગયા. એક સમય એવો આવ્યો કે અમારા બંને ના સ્વાસ માંથી ફરક કરવો મુશ્કેલ હતો. અમારા વચ્ચે હવે શારીરિક લાગણીઓ નો સંબંધ પણ હતો. અમને બંને ને એક બીજા નો આ અનુભવ ખૂબ ગમવા લાગ્યો. અમે બંને ક્યારે એક બીજા ના ગળાડૂબ પ્રેમ માં પડી ગયા એનો કોઈ તાગ જ ના રહીઓ. અમારા બને ની વાતો વધારે પડતી હસી મજાક ની જ હોય. અમારી પાસે એક બીજાને વાતો કરવા કોઈ દીવસ ના ટોપિક ખૂટતા કે ના અમારી વાતો પૂરી થાતી. નેત્રી પોતાના કોલેજ ના કિસ્સાઓ સાંભળાવતી અને હું હમેસા નેત્રી ના વ્યકતીત્વ વિષે તારીફ કર્યા કરતો. એક દીવસ અમે બંને રાત્રે વોક કરતાં કરતાં વાતો કરી રહ્યા હતા.

“તમને શું લાગે છે, આપડી વચ્ચે નો આ શું સંબંધ છે?”

“આટલું બધુ થઈ ગયા પછી હવે તને આ પ્રશ્ન થાય છે નેત્રી?”

“મે પૂછ્યું એનો જવાબ આપો, વાત ના ફેરવો”

“મને લાગે છે કે હું તને પ્રેમ કરું છું અને તારા લગાવ થી મને એવો વિશ્વાસ છે કે તું પણ મને એટલો પ્રેમ કરે છે”

“હમ્મ, મને પણ તમે ગમો છો, તમારા પ્રત્યે પ્રેમ તો છેજ મને.. પણ.. ”

“પણ.. પણ શું ?”

“ખબર નઇ પણ આપડે કયા સુધી સાથે છી, બટ જે કઈ પણ છે એ સારું લાગે છે મને..”

“હા તો જ્યાં સુધી સાથે છીએ ત્યાં સુધી આ મોમેન્ટ્સ ને માણી લઈએ બીજું શું ?”

હું અને નેત્રી હવે એક બીજામા ઓડઘોળ હતા. મારો પ્રેમ ધીરે ધીરે એટલો વધી ગયો કે હવે નેત્રી બીજા કોઈ જોડે વાતો કરતી એ મને નહોતું ગમતું. મને એવું લાગ્યું કે નેત્રી

ની આઝાદી માં હું હવે કે અડચણ બનવા લાગ્યો પણ નેત્રી ને મે કોઈ દીવસ એ વાત ની જાણ ના થવા દીધી. નેત્રી ખૂબ એમોસનલ તો હતી પણ સાથે સાથે જ્યારે કોઈ નિર્ણય લેવાનો હોય તો એ પ્રેક્ટિલ પણ એટલી જ હતી. એક દીવસ નેત્રી નો મને ફોન આવ્યો. રડતાં રડતાં બોલી.

"મે નક્કી કર્યું છે કે હવે હું લગ્ન કરી લઇસ. મને જીવન માં સ્ટેબલિટી જોઈએ છે"

"નેત્રી, અચાનક થી શું થયું ? શાંત થઈ જાય પેહલા તો. "

"મારે લગ્ન કરવા છે, બસ"

"હા તો, હું છું ને, ચલ લગ્ન કરી લઈએ, કે ક્યારે કરવા છે?"

"મજાક નથી કરતી હું, મને સાચે લગ્ન કરવા છે.."

"હા તો હું પણ મજાક નથી કરતો, સાચે મને તારા સાથે લગ્ન કરવા છે"

"પણ.. પણ મને તમારા સાથે લગ્ન નથી કરવા, મે એક બીજો છોકરો જોયો છે, મને ગમે છે એ, અને મારા નાનપણ નો મિત્ર છે"

"હે! આ બધુ ક્યારે થયું? આટલા ટાયમ માં તે મને આ રીતે તો ક્યારેય કહ્યું જ નથી"

"હવે તો કહું છું ને, અને આમેય આપડા વચે તો લગ્ન પોસિબલ નથી, એના ઘણા બધા કારણો છે"

નેત્રી એ નક્કી કરી લીધું હોય એટલે એ કોઈ નું ના સાંભળે પછી. નેત્રી ને કન્વિનસ કરવા ની મે મારી બધી કોસિસો કરી લીધી. નેત્રી એ મને કહ્યું કે અમારી વચે એજ ગેપ છે અને અમે જોઇન્ટ ફેમિલી માં રહી છી વગેરે વગેરે. હું સમજી ગયો કે હવે નેત્રી કોઈ રીતે માને એમ નથી. અંતે નેત્રી એ મને કહ્યું કે આપડે ફ્રેન્ડ બની ને રહેસુ.

મને પ્રેમચંદ ની કહેલી એક વાત યાદ આવી ગઈ કે *"दोस्त बढ़कर प्रेमी हो सकते है, अक्सर होते भी है, लेकीन प्रेमी घटकर कभी दोस्त नहीं बन सकते"*. હવે આ પ્રેમ ને ફરીથી દોસ્તી માં ફેરવું લગભગ પોસિબલ જ નહોતું. અને આમેય નેત્રી ખૂબ વેલ સેટલ ફેમિલી માં થી બિલોંગ કરતી હતી એટલે આર્થિક રીતે પણ અમારું મિસમેચ હતું. નેત્રી એ લગ્ન નું નક્કી કરી અને પોતાના ડેસ્ટિનેસન વેડિંગ નું ઇન્વિટેસન પણ ખાલી બે મહિના માં મને મોકલી આપ્યું. હું અવાચક બની ને બસ એ જોઈ રહયો. લગ્ન ના દિવસે મે એક ગિફ્ટ અને લેટર સાથે નેત્રી ને આશીર્વાદ આપ્યા અને ત્યાંથી નીકળી ગયો.

નેત્રી ના લગ્ન પછી હું હવે એને ભૂલવાના પ્રયત્નો માં લાગી ગયો. રાત્રે સપના માં મને અઢળક વિચારો આવતા અને હું ઘણી વાર ઊંઘ માંથી જાગી જતો. નેત્રી ના લગ્ન ના દીવસે શોળે શણગાર સજેલી , ગીતો પર એના હસબન્ડ સાથે નાચતી નેત્રી ને ભૂલવામાં સમય લાગસે એ મને ખબર જ હતી. કોઈ આપડું હૃદય તોડી ને જતું રહે તો એના પર ગુસ્સો કરીને કદાચ ભૂલી શકવું સહેલું છે કે એ સ્વાર્થી હશે પણ એનાથી પણ અઘરું છે હસ્તે મોઢે એ વ્યક્તિ ને જતું કરી દેવું એના પોતાના સુંદર ભવિષ્ય માટે. એના માટે અથાગ હિમ્મત જોઈએ.

મને કઈ ખાસ સૂઝ્યું નહીં એટલે હું મૂવી જોવા લાગ્યો. મે બે મૂવી જોયા, એક કેપ્ટન ફેન્ટાસ્ટિક અને ઇન ટુ ધ વાઇલ્ડ. આ મૂવીસ જોઈને મારા માઇન્ડ માં બધુ ભેગું થઈ ગયું. નેત્રી એ મારી સાથે ખોટું કર્યું કે હું નેત્રી ના પ્રેમ ને લઈને ખોટો હતો, એવા ઘણા બધા પ્રશ્નો મને અંદર થી કોરી ખાઈ રહ્યા હતા. અંતે આ મૂવી માં થી પ્રેરણા લઈને હું કઈ વિચાર્યા વગર ડેન્સ ફોરેસ્ટ માં જતો રહીઓ.

એક દીવસ, બે દીવસ અને એમ કરતા કરતાં એક મહિના નો સમય નીકળી ગયો. ફોરેસ્ટ માં મારુ જીવન હવે ચાલવા લાગ્યું. હું નેત્રી માંથી મૂવ ઓન કરવા લાગ્યો અને મારી લાઈફ ને મે કુદરત ને હવાલે કરી દીધી. મારા અનુભવ ને લઈને મને હવે હિમાલયન રેન્જ માં ટ્રેક લીડર ની જોબ મળી ગઈ.

હું હવે અવાર નવાર નવા લોકો ને મળતો પણ મારી અંદર હવે જે ખૂબ જ એમોસનલ વ્યક્તિ હતો એ મૃત થઇ ગયો હતો અને હું પ્રેક્ટિલ બની ગયો હતો. અલગ અલગ બેચ માં અલગ અલગ ઘણા નવા લોકો આવતા અને જ્યારે મારે ટ્રેકિંગ માં કોઈ બેચ ને

લઈને ના જવાની હોય ત્યારે હું એકલો નવી જગ્યાઓ ની શોધ માં મારો ટેન્ટ લઈ ને નીકળી પડતો.

એક દીવસ હું નવી ટ્રેલ ની શોધ માં નીકળી પડ્યો હતો અને એ દિવસે પહાડો માં ટેન્ટ લગાવી ને મારા રાજમા ચાવલ બનાવી રહીઓ હતો. ત્યારે દૂર થી મને કોઈ નો 'હેલ્પ, હેલ્પ" નો અવાજ સંભળાયો. હું દોડીને ટેન્ટ ની બહાર નીકળ્યો અને જોયું કે થોડે દૂર એક છોકરી પડી ગઈ હતી અને મદદ માટે રાડો પાડી રહી હતી. હું તેની પાસે ગયો અને એને ઊભી કરી અને એનો સમાન લઈને મારા ટેન્ટ પાસે રાખ્યો અને એના પગ માં વાગ્યું હતું એનું ફર્સ્ટ એઇડ કર્યું.

"થેન્ક યુ, મિસ્ટર?"

"અનુરાગ, મારુ નામ અનુરાગ છે"

"થેન્ક યુ મિસ્ટર અનુરાગ, ફોર સેવિંગ માય લાઈફ, આઈ એમ મૃણાલી"

"યોર વેલકમ મિસ મૃણાલી"

આજ એ ક્ષણ હતી જ્યારે મને થયું કે લાગણીઓ ફરીથી જન્મ લેસે. મે ફર્સ્ટ એઇડ ની કીટ આપી, એને જમવાનું આપ્યું અને મૃણાલી ને આરામ કરવાનું કહ્યું અને બીજે દિવસે સવારે વહેલા ઉઠી ને ત્યાંથી દૂર જતો રહીઓ. કદાચ મારુ આ વર્તન મૃણાલી ને ના ગમ્યું હોય પણ મારા હૃદય માં હવે નવા કોઈ ઝખ્મો માટે જગ્યા નહોતી.

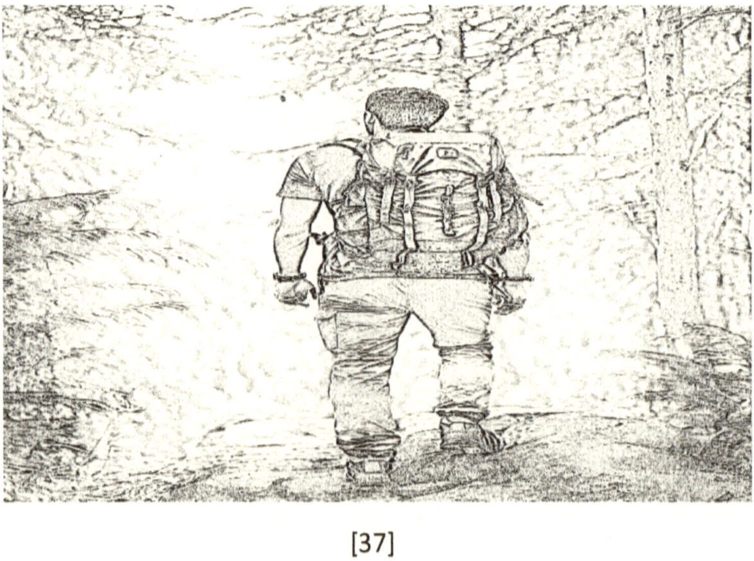

૩. કુસુમ કામણગારી – (કુસુમ નો મલ્હાર)

આ અમદાવાદ નો તડકો એટલે બહાર નીકળવાનું મને મન જ ના થાય. પણ આજે એસ. જી. હાઇવે પર પુસ્તક મેળો છે. તો એ તો કેમનો મિસ થઈ શકે. હું હરખે હરખે બસ માં બેસીને પુસ્તક મેળા ના હૉલ માં પહોંચી ગઈ. હું ઉપરછલા મન થી જોઈ રહી પુસ્તકો, પણ મારા ઘરે પડેલી પુસ્તકો મારા સાથે ગુસ્સો કરી રહી હસે. એમને હજી એટલો વ્હાલ મે આપ્યો નથી અને નવા પુસ્તકો હું ખરીદવા આવી ગઈ.

મારા કેરિયર માં ગ્રોથ કરવો હોય તો મારે હજી થોડી મેહનત કરવી પડસે એટલે હું અહિયાં એ પુસ્તકો શોધી રહી હતી. કોઈ આરસપાણ ના પથ્થર પર પડેલા પાણી ના ટીંપા માંથી, સુર્ય ની કિરણો આંખો માં પડે ને આંખો અંજાય જાય એમ પલકભર મારી નજર ત્યાં ખૂણા માં પડેલી એ પુસ્તક પર ગઈ. ***"કુસુમ કામણગારી"*** મારી આંખો જાણે ત્યાં જ ચોંટી ગઈ. અરે વાહ, આ તો મારા જ નામ ની પુસ્તક છે. મે એ પુસ્તક હાથ માં લીધી. અને એમજ એ પુસ્તક ના પન્ના ફેરવ્યા જેમાં એક કવીતા હતી અને હું તે વાંચવા લાગી..

"કંચન વરણી કાયા નું કામણ જાણે , તું આ સંસાર ભર ની માયા જાણે,

કુસુમ નામ કેવું વ્હાલું લાગે મને, તું થઈ રાધા હું શ્યામ તણો ભક્ત જાણે,

નયન તારા નભ મેઘધનુષ્ય ને હ્રદય સ્નેહ સભર, વાતો તારી કોઈ જાદુ જાણે,

----

અભરખા તારા આભ સમા ઐરાવત, તું કળા નું કોઈ કૌતુક સકારણ જાણે,

કવીતા ની છેલ્લી કળી હું વાંચ્યા વગર બોલી ઉઠી અને મારા હાથ માં ધ્રુજારી આવી ગઈ.

આ.. આ.. આતો મલ્હાર એ લખેલી કવીતા છે. જે એણે મારા માટે લખેલી હતી.. તરત જ મે પુસ્તક ની પાછળ જોયું કે આ પુસ્તક ના લેખક કોણ છે અને મે વાંચ્યું, "મલ્હાર"

જ્યારે એક સ્ત્રી પોતાના ભૂતકાળ ને ભૂલી ને એના લગ્નજીવન માં આગળ વધી ગઈ હોય અને સોનેરી ભવિષ્ય ને વધાવી રહી હોય અને અચાનક એક દીવસ એના હાથ માં એના પ્રગાઢ જૂના પ્રેમી નો પત્ર આવી જાય અને એ વાંચીને એના મન માં ઉપજેલો સ્નેહ જેવો અનુભવ થાય, એવો અનુભવ મને આજે આ કવીતા વાંચીને થઇ રહીઓ હતો.

મલ્હાર ને મળી નથી એને જોયો નથી કે એની સાથે વાત સુદ્ધાં નથી કરી, એને આજે પાંચ વર્ષ થયા પણ આજે આ પુસ્તક જોઈને મને, એને કરેલું વચન યાદ આવી ગયું, મે એને કહેલું, *શાયર સાહેબ કોઈ દીવસ પુસ્તક લખો તો અમારા વિષે પણ લખજો.* 'મલ્હાર' .. નાનકડું નામ છે પણ એનું ચરિત્ર વિશાળ છે. સુખ દુખ અને રમુજ સાથે પણ ગંભીરતા, બધુ એક સાથે એક થાળી માં પીરસવાની એની કળા અનેરી હતી. મારા લગ્ન પછી મે એની સાથે કોઈ પણ જાત તો સંબંધ ના રાખવો જ હિતાવહ સમજ્યું. પણ અમારા બંને વચ્ચે વહેંચાયેલો પ્રેમ હમેસા પવિત્ર જ રહીઓ છે. એ લાગણી, એ પ્રેમ, આજ પણ મારા હૃદય ના એક ખૂણે મે એટલો જ સંજોવી ને રાખ્યો છે, જાણે મારા કબાટ માં મારા મનગમતા સોના ના ઝૂમક્કા રાખ્યા છે જે હું પહેરતી નથી પણ મને બહુ વ્હાલા છે.

આ પુસ્તક જે મલહારે લખેલું છે અને એમાં જે લાગણીઓ ના શબ્દો કંડારેલા છે એની કીમત તો કરી જ ના સકાય. એ તો અમૂલ્ય છે. મે આ પુસ્તક ખરીદી લીધી અને હું ભાગી ભાગી ઘરે જવા નીકળી ગઈ. આખા રસ્તે મે આ બુક મારા હૃદય સરસી એવી રીતે ચાંપી રાખી જાણે મારુ કોઈ અંગત ઘરેણું હોય અને કોઈ એને લૂટી ના લે. ઘર સુધી પહોંચતા પહોંચતા મારી અંદર એક રોમાંચ અને ઉતેજના હતી કે આ પુસ્તક માં હજુ મારા વિષે શું શું લખેલું હસે. હું ઘરે આવી એટલે મમી ને પ્પા ને બધા ઘરે હતા એટલે મને વાંચવું અનુકૂળ ના લાગ્યું. હું રસોઈ બનાવી ને બધા સાથે જમવા બેસી ગઈ. રાત્રે મારા હસબન્ડ આવ્યા ને જમીને અમે લોકો ડ્રોઈંગ રૂમ માં બેસી રહ્યા.

"અરે કુસુમ, શું વાત છે, આજે કઈક અલગ અલગ લાગે છે.?" મારા હસબન્ડે મને પૂછ્યું.

"ના ના , એવું કઈ જ નથી, આ તો જસ્ટ આજે હું તડકા માં ગઈ હતી એટલે થોડો થાક લાગેલો છે" મે કીધું.

હું ચાહતા હોવા છતાં મારા મન માં ફરતા મારા ભૂતકાળ ને મારા હસબેન્ડ ને શેર નહોતી કરી શકતી કારણ કે, મને ખબર છે કે કદાચ એ એટલું ના સમજી સકે, કે હું ભૂતકાળ માં કોઈને આટલો પ્રેમ કરતી હતી. અને આમેય અમારા લગ્ન જીવન ના પાંચ વર્ષ થયા એટલે ફેમિલી, અમને બાળક માટે ફોર્સ કરી રહી હતી તો એ વાત ને લઈને ઘર માં ઑલરેડી ટેન્સન વારુ વાતાવરણ હતું. હું ખુદ હજી અમુક અંશે બાળક જેવુ વર્તન કરી રહી હોવ છું પણ મારા હસબેન્ડ અને મમી પ્પા ખૂબ સારા છે. મને કોઈ દીવસ ખોટી રીતે ઠપકો નથી આપ્યો. પરિવાર અને આસપાસ નું વાતાવરણ ગમે તેટલું ફોરવર્ડ કેમ ના થઈ જાઈ પણ મૂળ માં રહેલા સંસ્કારો અને જીવનશૈલી ક્યાંય ને ક્યાંક પોતાનો ભાગ ભજવતી જ રહે છે. બધા ઊંઘવાની તૈયારી કરી રહી રહ્યા ત્યારે મે કહ્યું કે હું થોડી વાર પુસ્તક વાંચી લવ પછી ઊંઘી જાઈસ.

મને કોઈ દીવસ સપને પણ વિચાર નોતો આવ્યો કે મલ્હાર મારા માટે આખી એક પુસ્તક લખી નાખસે. બધા સૂઈ ગયા એટલે મે એ પુસ્તક હાથ માં લીધું અને વાંચવાનું શરૂ કર્યું. અને હું મલ્હાર ના શબ્દો વાંચી રહી.

###

---- **કુસુમ કામણગારી** ----

➔ *ચેપ્ટર એક – લોકડાઉન માં થયેલો પરિચય..*

૨૦૧૯ નું વર્ષ આપડા બધા ના જીવન માં એક કાળા ડાઘ સમાન છે. લોકડાઉન માં ઘણા લોકો એ પોતાનો જીવ ગુમાવ્યો, ઘર વિહોણા ભટક્યા, ઘણા નુક્સાનો થયા.

લોકડાઉન ના સમય માં એક દીવસ રાત્રે મારા પ્પા ને હાર્ટ એટેક આવી ગયો. મે એમ્બ્યુલેન્સ ને ફોન કરીને બોલાવી અને તરત જ સિવિલી હોસ્પિટલ ના ઇમરજેનસી વોર્ડ માં દાખલ કરાવ્યા અને સદનશીબે મારા પ્પા નો જીવ બચી ગયો. પણ હ્રદય નબળું હોવાના કારણે ડોક્ટરે ત્રણ દીવસ રોકાવાનું કહ્યું. કોવિડ ના લીધે હોસ્પિટલ માં બહુ અવર જવર કરવાની મનાય હતી. હું ઇમરજેનસી ના પ્રથમ બેડ ની બાજુમાં જ બેઠો હતો જ્યા અવનવા કિસ્સાઓ જોઈ રહીઓ હતો અને એ વાતાવરણ ખૂબ ભયાવહ હતું.

બીજે દિવસે સાંજે લગભગ છ વાગ્યે અચાનક એક એમ્બ્યુલેન્સ આવી અને તેમાં થી બે ગર્લ્સ નીકળી. એના હાલ જોઈને સાફ દેખાય આવતું હતું કે કોઈ એક્સિડેન્ટ નો કેસ છે. સ્ટાફ ઓછા હોવાના કારણે ડ્રાઇવરે સ્ટ્રેચર ને લઈ જવા મારી મદદ માંગી. હું ગયો અને એમની મદદ કરી ને એમરજેનસી થી હાડકાં ના વોર્ડ સુધી લઈ ગયો. વોર્ડ માં કોઈ હાજર નહોતું, કદાચ ડોકટરો બહાર હતા પછી એ ગર્લ બોલી,

"થેન્ક યૂ સો મચ, મારુ નામ કુસુમ છે.. તમારું શું નામ છે ?

"હું મલ્હાર."

"વાવ, યુ મીન પેલો ફીલ્મ નો હીરો છે એવું ?"

"અરે નાના, હીરો તો નહી, પણ હા નાનકડો કવિ કહી શકો."

"ઓહો, ઈર્શાદ ઈર્શાદ , કોઈ શેર કોઈ કવીતા સાંભળાવી દો, યાર"

"એ ડોબી, થોડી વાર ચૂપ રેને, આ તને પગ માં વાગ્યું એ દુખતું નથી, કયાર ની લવારી કરે છે" (બીજી ગર્લ બોલી)

કોવિડ ના ગંભીર માહોલ માં, પોતાનો પગનો એક્સિડેન્ટ માં ભાંગેલો છે છતા એ છોકરી ના ચેહરા પર સ્મિત હતું અને મને એવા સમયે એ કવિતા બોલાવનું કહેતી હતી. બોલો આવી હતી અમારી પ્રથમ મુલાકાત અને પેલો પરિચય. પછી ડોક્ટરે આવીને તેના પગ ના એકસરે કરાવી ને કહ્યું કે પગ માં ક્રેક છે એટલે વીસ દીવસ નો પાટો બાંધી દીધો. મે જતા જતા એનું પૂરું નામ પૂછ્યું અને એ હસતાં હસતાં બોલતી ગઈ.

"ઓહો, ઇતના ફાસ્ટ કવિ સાહબ, આખું નામ જાણી ને શું કરસો? ઇન્સ્ટાગ્રામ પર શોધસો એમ? અરે અરે સિરિયસ થઈ ગયા તમે, કભી હસ ભી લિયા કરો કવિ સાહબ. સારું તમે મોકલ્જો રિક્વેસ્ટ, આપડી કવીતા હજુ બાકી છે.. મળીએ ત્યારે.."

"ટેક કેર કુસુમ, ગેટ વેલ સુન"

આટલી જીવંત છોકરી ને હું પેહલે તો ક્યારેય મળ્યો નહોતો. એ હોસ્પિટલ ના કોરિડોર ને પાર કરીને જતા જતા એને મારી સામે બહુ જ ખતરનાક સ્માઇલ કરી. હું તો ગયો કામ થી. મારી અંદર તો ગરબા અને ગઝલો ચાલવા લાગી. બેકગ્રાઉન્ડ માં જાણે ગીત વાગતું હોય, *મારુ મન મોહી ગયું, મારુ મન મોહી ગયું.*

હું પાછો મારા પ્પા પાસે આવી ને બેસી ગયો અને ત્રીજા દિવસે હોસ્પિટલ માં થી ડિસ્ચાર્જ મળ્યું એટલે ઘરે આવી ગયા. મે ઇન્સ્ટાગ્રામ પર એને શોધી ને રિક્વેસ્ટ મોકલી. આવો હતો મારો પ્રથમ પરિચય કુસુમ કામણગારી સાથે. જેમ શ્યામવર્ણ અને સુંદરતા નું મિશ્રણ હોય એવું એનું કામણવાન સ્વરૂપ. કુસુમ એ રીતે ખૂબ સુંદર હતી.

➔ *ચેપ્ટર બે - વાતો વાતો ની કવીતા*

મે એની પ્રોફાઇલ જોઈ, સ્ટેજ પ્લે અને ઘણા બધા અવનવીન ડાઈલોગ્સ ના વિડીઓસ જોવા મળ્યા એના પર મે અંદાજ લગાડ્યો કે આ છોકરી આર્ટિસ્ટ છે, એક એક્ટ્રેસ છે, જે સ્ટેજ પ્લે કરતાં હોય છે. એના અમુક અમુક વિડીઓસ ખૂબ સરસ હતા જેમાં એને એક આધુનિક સીતા નો રોલ કર્યો હતો. એ વિડીયો જોઈને હું અભિભૂત થઈ ગયો. એની એક્ટિંગ ખૂબ જ સરસ હતી. સોસિયલ મીડિયા પર તો હવે અમે ફ્રેન્ડ્સ બની ગયા. ફ્રેન્ડ્સ બન્યા પછી મે કુસુમ ને મેસેજ કર્યો.

"હાઇ કુસુમ, હવે તારો પગ કેમ છે?"

"ઓ હાય, મિસ્ટર મલ્હાર.. પગ માં સારું છે બટ હજુ પાટો થોડા સમય સુધી રેહસે, અને દુખ ની વાત એ છે કે હું મારી પ્રેક્ટિસ મિસ કરું છું."

"તમે જલ્દી થી સાજા થઈ જાઓ એવી હું પ્રાથના કરીસ."

"તમે, ની જગ્યા પર 'તું' કેહસો તો પણ ચાલસે. મને ગમસે"

"કુસુમ, સાચે તું તોફાની તો છે હો, હોસ્પિટલ માં પગ માં વાગેલું હતું અને તારે એ સમયે કવીતા સાંભળવી હતી.. હાહાહા."

"મને કવિતાઓ ખૂબ ગમે છે એટલે, સાહિત્ય ઘણી વાર દુખ ભુલાવી દે છે."

"કોઈ વાંધો નઇ.. તારા માટે સ્પેસિયલ એક કવીતા લખીસ હું.. બસ.."

અહિયાં થી મારી અને કુસુમ ની વાતો શરુ થઈ. કુસુમ મૂળ કચ્છ ની હતી અને અમદાવાદ પીજી માં રેહતી હતી. ત્યાં જ કોલેજ કરતી અને એને ગુજરાતી ફિલ્મો માં હિરોઇન બનવાનું સપનું હતું એટલે એ માટે એ સ્ટેજ પ્લે અને નાટકો માં રોલ પ્લે કરી ને સ્ટડી સાથે સાથે પોતાના પેસન ને ફોલો કરી રહી હતી.

ખભા સુધી ના કરલી હેર, આંખો પર નંબર વારા સ્ટાઇલિસ્ટ ગોગલ્સ, ગોળ મોઢું, ગુલાબી ડીમ્પલ વારા ગાલ, ભીનો વાન, જીવંત સ્વભાવ, ચોક્કસ માપ સુંદરતા ની છબી જેવા એના હોઠ અને એ હોઠ પર ખડખડાટ ઝળકતું હાસ્ય. કુસુમ ને એક જ વાર મડીને હું સમજી ગયો હતો કે એની પાસે ના બધા લોકો ખુસ રેહતા હશે. હું એને વ્હાલ થી હેપી કેહતો. અને એના દેખાવ ની સુંદરતા થી કામણગારી એટલે જ આ પુસ્તક નું નામ છે કુસુમ કામણગારી. દેખાવ એ જેટલી સુંદર એ જ રીતે મન મોહક જીવંત સ્વભાવ.

કુસુમ ને દેખાવ થી જોઈને કદાચ કોઈ ઇમ્પ્રેસ ના પણ થાય તો, જો કોઈ એની સાથે થોડી વાર વાત કરી લિયે તો એના મોજીલા સ્વભાવ થી જરૂર આકર્ષિત થઈ જાઈ અને આમેય માં સરસ્વતી ની કૃપા થી એની વાકછટા બહુ સારી છે. કુસુમ લાગણીશીલ પણ છે.

એની રીલ્સ માં એની કરેલી એક્ટિંગ માં એના ચેહરા ના હાવભાવ થી, એ સુંદર સુંદર પાત્રો ને ભજવી ને કોઇને મંત્રમુગ્ધ કરી સકે એવી ક્ષમતા દેખાય આવે.

કુસુમ પ્રત્યે મને હવે આકર્ષણ થતું હતું. હું હજુ આ લાગણીઓ ને ચોક્કસ પ્રેમ તો ના કહી શકું પણ હા કુસુમ મને ગમવા લાગી. અમે બંને રોજ રમુજ ભરી અને ઘણી વાર ફિલોસૉફિકલ વાતો કરતાં. મારી સાથે પણ એને વાતો કરવું ખૂબ ગમતું. અને આમેય લોકડાઉન માં લોકો પાસે સમય ઘણો હતો. કુસુમ ને ગુજરાતી ફીલ્મ નો હીરો મલ્હાર ખૂબ ગમતો અને ક્યાંય ને ક્યાંય મારુ નામ મલ્હાર હોવાના કારણે એને મારી સાથે વાતો કરવું ગમવા લાગ્યું. મે કુસુમ પાસે થી એનું મેઇલ આઈડી માંગ્યું એટલે કહે એનું શું કરસો? મે કીધું સોસિયલ મીડિયા માં તો ચેટ ક્યારેય ડિલીટ થઈ જાતી હોય તો મારી લખેલી કવીતા તારા પાસે હમેસા રહેવી જોઈને ને. કુસુમ ખૂબ ખુસ થઈ ગઈ કે મે એના માટે કવીતા લખી છે. મે કુસુમ ને આ કવિતા લખી ને મોકલી. કુસુમ નું વર્ણન કરતાં કરતાં મારા શબ્દોમાં મને એના પ્રત્યે ક્યાંક લાગણીઓ દેખાય આવી. એ કવીતા આ છે.

"કુસુમ ના કામણ"

"કંચન વરણી કાયા નું કામણ જાણે , તું આ સંસાર ભર ની માયા જાણે,

કુસુમ નામ કેવું વ્હાલું લાગે મને, તું થઈ રાધા હું શ્યામ તણો ભક્ત જાણે,

નયન તારા નભ મેઘધનુષ્ય ને હ્રદય સ્નેહ સભર, વાતો તારી કોઈ જાદુ જાણે,

અભરખા તારા આભ સમા ઐરાવત, તું કળા નું કોઈ કૌતુક સકારણ જાણે,

તારી પ્રશંસા નું એવું નાનું સ્વરૂપ, તું કોઈ તોફાની સૌંદર્ય નું મિશ્રણ સ્વરૂપ જાણે,

હવે જલ્દી મળે તું મને આવીને દરિયા કાંઠે, સળગી છે લાગણીઓ મન માં જાણે,

કચ્છ, કુસુમ, કુમકુમ, કામણ કળા ને તું, ભાળ્યું ભારે ભરખમ ભટકી ભોમયા ભેરુ શું,

મૂકું મન માયા ને સઘળી પ્રક્રિયા સાધારણ, આલીગન માંગુ હું સ્નેહ થી તો જાજુ શું?

આ કવીતા મે કુસુમ ને મોકલી. અને એનો જવાબ આવ્યો. જે આ મુજબ છે.

"જ્યારે તમને મળીસ તો હું ભેટી પડીસ અને જો મારી આંખો માં આંશુ જોવો તો લૂછતાં નઇ, હું એ તમારા શર્ટ માં લૂછી નાખીસ મારા હરખ ના આંશુ. આ વાંચતાં વાંચતાં હું

ખુદ ને અરીસા માં જોઈ રહી અને માનો કે ના માનો, મને આજે ખુદ સાથે જાણે પ્રેમ થઈ ગયો.. ઓ માય ગોડ, શાયર સાહેબ તમે તમારું આ સાહિત્ય ક્યાંય છાપા માં પબલીસ કરો અને કોઈ બુક લખો, બેસ્ટ સેલેર થઈ જાશે. તમે મારા સ્વભાવ અને દેખાવ ને આટલું નજીક થી નિહાળી ને જે વર્ણન કર્યું છે એ મારા જીવન માં ખૂબ મહત્વપૂર્ણ રેહસે. લોકડાઉન માં જેવી છૂટછાટ મળે એટલે આપડે ચોક્કસ મળીએ છીએ. પણ હાલ તો તમે મને હજી એક કવીતા લખી ને મોકલો. જેમ મને કાજુ કતરી બવ ભાવે એટલે હમેસા મને બે જોઈએ. એમ કવિતા પણ તમારી ખૂબ સુંદર છે તો હજી એક જોઈસે."

કુસુમ ની ફરમાઇસ પર મે બીજી એક કવીતા લખીને મોકલી.

- કુસુમ તું આ કવીતા નો સવાલ જો..

અણિયાણી આંખો જેમાં આંજણ પર શરમાય , તેજ સમું તું મલકાય ને અજવાળું પણ હરખાય, ખીલે તારા ચેહરા પર રંગ લાગે ગુલાલ જો, ના લાગે રંગ તોઈ ચમકે કિરણો માં તારા ગાલ જો, ભૂલે કોઈ ભાન જોઈ તારો સ્વભાવ તો, હૈયું કેટલું હેત માંગે તારા પાસે એમા કોઈનો ના વાંક તો, અડકી શકું, પંપાળી શકું, માથું ચૂમી ને મારો તું વ્હાલ જો, કેવા દિવાસ્વપ્નો ના મારા આ હાલ જો. તું આવે ખભાં પર મૂકે માથું ને થંભે આ સંસાર જો, અજાણી માંથી પોતાની બની લાગણીઓ ના એહવાલ જો...

વળતાં કુસુમ નો જવાબ આવ્યો.

"વાહ શાયર સાહેબ વાહ" તમે મારા માટે જે કઈ પણ લખ્યું છે એ બધુ અમર થઈ ગયું એમ માની શકું. આ પૃથ્વી પર શરીર તો આજ છે ને કાલ નથી પણ તમારા શબ્દો માં મને તમે અમર કરી દીધી. તમારી કવીતા વાંચીને મને પણ એક વિચાર આવ્યો કે કદાચ ક્યારેય પૃથ્વી ને વિનાશ થઈ જાઈ અને ફરીથી માનવ વસાહત વશે અને કોઈના હાથ માં આ લખેલા શબ્દો આવસે તો એને કુસુમ કેવી લાગસે. તમે કહો છો કે હું કલાકાર છું, પણ એક કળા ને પણ પોતાની કળા થી શબ્દો નું સ્વરૂપ આપ્યું તમે, એના માટે હું તમારી આભારી છું. હવે તો હું પણ રાહ જોવ છું કે આપડે ક્યારે મળીએ. તમારી કવિતા માં લખેલા શબ્દો ને હું પણ હકીકત માં મારુ માથું તમારા ખભે મૂકી જોઈ લવ કે સંસાર કેવો થંભી જાઈ છે. આતુરતા સાથે સ્નેહ ..

તમારી કુસુમ કામણગારી.."

➔ ચેપ્ટર ત્રણ – દરિયા કિનારે

લોકડાઉન ખૂલતાં ની સાથે કુસુમ ને મળવાનું હતું પણ અચાનક એને એના ઘરે જવાનું થયું એટલે તે કચ્છ જતી રહી પણ અમારે ફોન પર વાત થઈ ગઈ. કુસુમ ને મળવા માટે હવે હું પણ ખૂબ આતુર હતો. ક્યાંક ને ક્યાંક અમારી વચ્ચે થયેલી વાતો ના કારણે અમને એક બીજા પ્રત્યે લગાવ થઈ ગયો હતો. કુસુમ એ કહ્યું કે તમે અમદાવાદ થી માંડવી આવી જાવ હું તમને દરિયા કિનારે મળવા માટે આવી જાઈસ. હું તરત જ બીજા દિવસે બસ પકડી ને પહોંચી ગયો માંડવી. હું સવારે ૮ વાગે જ પહોંચી ગયો. અને કુસુમ લગભગ ૧૧ વાગે આવી. આવીને મને કોલ કર્યો અને હું એને દરિયા કિનારે શોધી રહીઓ. આમતેમ બાઘા ની જેમ હું ચારે બાજુ એને શોધી રહીઓ હતો. કુસુમ એ મને દૂર થી જોઈ લીધો હતો એટલે એને રમુજ માટે જાણી જોઈને વાર લગાવી અને મને દૂર થી જોઈ રહી હતી. અંતે અમે મળ્યા. ચાલતા ચાલતા થોડે દૂર એક નારીયેલી ના પાંદડાં થી બનેલી નાનકડી છત નીચે અમે રેતી પર બેઠા.

"તો કવી સાહેબ તમને રાહ જોવડાવી એના માટે માફ કરજો." કુસુમ બોલી

"કોઈ વાંધો નઇ કુસુમ. તું અહિયાં સુધી આવી ગઈ મને મળવા એટલે બસ હું ખુસ થઈ ગયો." મેં કહ્યું

"આ લે, મારી સાથે સાથે આ ઝૂમકા અને ચોકલેટ પણ તારી રાહ જોઈ રહ્યા હતા."

"અરે વાહ, મોર વારા ઝૂમકા, મને આ ખૂબ ગમ્યા કવિ સાહેબ. હું તો તમારા માટે કોઈ ભેટ નથી લાવી."

"તું અહિયાં સુધી મને મળવા આવી એ પણ મારા માટે એક ભેટ જ છે કુસુમ."

"પેલી બાજુ જુઓ તો ત્યાં દીવાદાંડી પાસે કોઈ દેખાય છે?"

હું મારુ મોઢું ફેરવી ને બીજી દિશા તરફ જોઈ રહીઓ અને અચાનક એજ ક્ષણ માં કુસુમ એ મારા ગાલ પર ચૂમી લીધું. હું આશ્ચર્ય સાથે સ્મિત કરીને એની સામે જોઈ રહીઓ.

"આ શું હતું કુસુમ ?"

"આ હતું તમારી લખેલી કવિતા અને ભેટ માટે નું મીઠું મીઠું ફળ, હાહાહા"

"અછા, તો એ હિસાબ થી તો મે ઘણી કવીતા લખી છે. આટલા ફળ માં કઈ નઇ થાય."

"ઓહો લાલચ નઇ કરવાની કવિ સાહેબ. થોડી ધીરજ રાખો. તમારા નસીબ માં લખેલું ફળ તમને મળી રહેશે."

થોડી વાર સુધી અમારા બંને વચ્ચે મૌન રહયું અને અમે બંને દરિયા ના કિનારા સમું જોઈ રહ્યા. ત્યાં દૂર કોઈ કપલ નું પ્રી વેડિંગ સૂટ ચાલી રહ્યું હતું. અમારી બંને વચે નું એ મૌન પણ બહુ જ આહલાદક લાગતું હતું. થોડી વાર માં કુસુમ મારી નજીક આવીને મારો હાથ પોતાના હાથ માં રાખી ને મારા ખભા પર પોતાનું માથું રાખી ને બેઠી. એ સમય માં બધુ ખૂબ સુંદર જ લાગતું હતું. દૂર પંખીઓ નો કલરવ, દરિયા ના ઉછળતા મોજા. કૂણો તડકો. ને સૂરજ ના કેસરી રંગ ના પ્રસરાયેલા કિરણો.

"તમારી વાત તો લખેલી સાચી પડી હો કવી સાહેબ"

"કઈ વાત કુસુમ?"

"એ જ કે તમારા ખભાં પર મૂકેલું માથું મને આ ક્ષણ માં શાંતી અને સંસાર થંભી જવાનો થોડો એહસાસ કરાવી રહ્યું છે."

એના આ શબ્દો સાંભળીને મે મારો હાથ એના ગાલ પર મૂક્યો અને વ્હાલ થી એના માથા પર ચૂમી રહીઓ. અમારા બંને માં એક બીજા સાથે વહેંચેલો આ સ્નેહ આજ પણ મારી સ્મૃતિ માં તાજો છે અને એ જીવનભર રહેશે, જાણે આ ક્ષણ એક અમરત્વ પામી ગઈ હોય.

"મલ્હાર, તમારે કેવી છોકરી જોઈએ છે લાઈફ પાર્ટનર માટે ?"

"અરે અરે.. એક સાથે બે અવનવી વાતો. એક તો મારુ નામ આટલું પ્રેમ થી લીધું કે મને ખુદ ને આજે મારુ નામ ગમી ગયું અને રહી વાત લાઈફ પાર્ટનર ની, તો એ તો અપેક્ષાઓ નું લાંબુ લિસ્ટ છે."

"ભલે , ગમે તે હોય. તમે કયો તો ખરા."

"અરે, એ તો મે એમનેમ એક વાર મજાક મસ્તી માં વિચાર કર્યો તો અને લખી લીધું તું કે મારી વાઈફ કેવી હોવી જોઈએ."

"હવે તો તમારે મને એ કહેવું જ પડસે."

"પણ તું પ્રોમિસ કર, કે હસીસ નઇ એ સાંભળીને?"

"હા, બાબા નઇ હસું બસ.. હવે કયો ને."

"તો સાંભળ, મને એવી છોકરી જોઈએ છે જેને એનીમેસન કાર્ટુન મૂવી પસંદ હોય, સ્પેસિયલી 'રિયો' મૂવી. જે રમૂજી હોય. જે પિંકી પ્રોમિસિસ માં માનતી હોય, રોડ ની આ તરફ થી ઓલી તરફ જતાં સમયે મારો હાથ કસીને પકડી રાખે, જે મને વારંવાર હગ કરવા માટે તૈયાર હોય. એના માથા પર વારંવાર કિસીસ રિસીવ કરવા તૈયાર હોય, જેને ડ્રેસીસ કરતાં સારી પેહરવી વધારે ગમતી હોય. મને એવી રીતે પ્રેમ કરે કે જાણે હું દુનિયા નો છેલો જ છોકરો હોવ. પોતાની આઇસક્રીમ પૂરી કરીને મારી આઇસક્રીમ જટી લઈને ખાવા માંડે. જે પોતાનો પ્રેમ દેખાડવા માં ક્યારેય ના શર્માય. મારો હાથ પકડીને જેને કમ્પ્લીટ ફિલ થાય. જ્યારે મારી હેલ્થ થી વાત આવે તો કાળજી માટે મારી સાથે જઘડો પણ કરી લિએ. એવી છોકરી જેને મેકઅપ વગર પણ મારી આંખો માં પોતાની સુંદરતા સાફ સાફ દેખાય. જ્યારે ક્યાંય દૂર જર્ની માં જવાનું હોય તો મારા ખભા પર માથું રાખીને ઊંઘી જાય અને એ ઉઠે ત્યારે કહે કે એને ખૂબ સરસ ઊંઘ આવી ગઈ. મારા પર હક્ક જમાવે કે હું ફક્ત એનો જ છું. જેને મારી કવિતાઓ સાંભળીને કંટાળો ના આવે. લગ્ન પછી બે બાળકો હોવા છતા હું એની પ્રાયોરિટી હોવ. આઈ નો આ થોડું વધારે ક્રેજી છે. મને ખોવામાં એને ડર લાગે. દિવસે દિવસે અમારો પ્રેમ ગાઢ થતો જાય. હું એના થી દૂર હોવ તો એના મિસ કારવાના મને અઢળક મેસેજિસ આવે. બસ આટલું જ."

"હાહાહા, જબરદસ્ત હો કવિ સાહેબ. આવુ તો મે મારી લાયફ માં પેલી વાર સાંભળ્યું છે"

"હાહાહા, આઈ નો, આઈ નો , બવ અનરિયાલીસટીક છે."

"હા થોડુંક, પણ હું ઈશ્વર ને પ્રાથના કરીસ કે તમને એવું પાત્ર અચૂક મળી જાઈ જેવુ તમે ઈચ્છો છો."

"થેન્ક યૂ , કુસુમ કામણગારી"

"હવે તારો વારો, તે પણ કઈ તો વિચાર્યું હશે ને તારી ભાવિ પતિ વિષે?"

"હા એમ તો બધી છોકરીઓ ના મન માં હોય જ પણ તમારી જેમ આવડું લાંબુ ડિસ્કરાઈબ કરતાં મને નહીં આવડે."

"અરે કોઈ વાંધો નઇ કુસુમ, કે તું, તારા મન માં જે હોય એ."

"બવ ખાસ તો નથી કઈ, પણ તમે કીધું એમજ, એક છોકરી ઈછતી હોય કે એનો પતિ એને ખૂબ પ્રેમ કરે અને એનું ફેમિલી પણ એને ખૂબ સ્નેહ થી રાખે. મારા માટે મારૂ કેરિયર, મારી એક્ટિંગ ખૂબ જરૂરી છે, મને આ સ્ટેજ પ્લે થી ખૂબ ખુસી મળે છે એટલે ભવિસ્ય માં હું ઈચ્છું કે મારો પરિવાર પણ મને એમા મદદરૂપ થાય. મને જેમ છું એમજ સ્વીકાર કરે. કોઈ નિયમો કે રૂઢિચુસ્ત વિચારો માં બાંધી ને ના રાખે. બસ આવું જ."

"બવ સુંદર. તને પણ આવું પાત્ર મળી જાશે."

આટલી વાત કર્યા પછી અમારી વચે ફરી થોડું મૌન રહ્યું અને કુસુમ થોડી વાર પછી મારા ખોળા માં માથું રાખીને મારા ચેહરા પર જોઈ રહી. હું પણ એના ચેહરા તરફ જોઈ રહીઓ. અમારા બંને ની આંખો માં એક બીજા પ્રત્યે સ્નેહ મને ચોકખો દેખાય રહીઓ હતો.

"સાંભળો ને, મારે તમને એક વાત કેહવી છે"

"આઈ લવ યૂ, એમજ ને ?"

"હા, પણ તમને કેવી રીતે ખબર ? અને આટલું સરળતા થી તમે કઈ રીતે કહી દીધું. લોકો ને આ શબ્દો કેહતા વર્ષો લાગી જાઈ છે."

"અરે કુસુમ જી, તમારી આંખો માં આ વ્હાલ, દરિયા ના મોજા કરતાં પણ વધારે ઊંચા ઉછાળા મારી રહીઓ છે એ કોઈને પણ દેખાઈ આવે."

કુસુમ મને ભેટી પડી અને સાચે એની આંખ માંથી વહેલા આંશુ મારા શર્ટ પર પડ્યા નો ભીનો અનુભવ મને થઈ રહીઓ. અમારા બંને વચે નો પ્રેમ એક બીજા ની આંખો માં દેખાય રહીઓ હતો અને એ મૌન સ્નેહ માં સાક્ષી પૂરી રહ્યું હતું. કુસુમ ને ઘરે જવાનો સમય આવી ગયો અને દરિયા કિનારે થી બસ સ્ટેન્ડ સુધી મને એ પોતાની સ્કૂટી થી મૂકી ગઈ. હું પણ અમદાવાદ જવા માટે પાછો નીકળી ગયો.

કુસુમ પોતાના ઘરે પહોંચી ગઈ અને ચોકલેટ વારા ભરાયેલા હોઠો થી પાઉટ કરીને એના મને ફોટો મોકલ્યો એટલે મે કીધું કે હવે મારી સાત કલાક ની જર્ની બોરિંગ નહીં લાગે. મારી સાથે તારી લાગણીઓ અને આ રમુજ ફોટો છે. હું એ ફોટો ઝુમ કરીને ઘણીવાર સુધી જોઈ રહીઓ. એની સાથે નો સમય જાણે ક્ષણ વાર માં જ નીકળી ગયો.

હું બીજે દિવસે અમદાવાદ આવી ગયો અને ફરીથી મારા કામ માં લાગી ગયો. કુસુમ એ બીજે દિવસે ગુલાબી સાળી પેહરીને મને ફોટો મોકલ્યો. હું એને જોતો જ રહીઓ અને, એ સાળી માં ખૂબ જ સુંદર લાગતી હતી. અમારો સ્નેહ હવે સોસિયલ મીડિયા પર જ ટકી રહેલો હતો કેમ કે એ કચ્છ અને હું અમદાવાદ હતો. લોંગ ડિસટેન્સ રિલેન્સશીપ ચાલી રહી હતી. કુસુમ રોજ પાઉટ કરીને અવનવા ફોટોસ મોકલતી અને હું ખુશ થઈ જતો. બસ આવી રીતે દિવસો ને મહિનાઓ નીકળી રહ્યા હતા.

કુસુમ ની સાથે થતી વાતો પર થી મને ક્યારેય એવો અંદાજો નહોતો કે મને છોડીને એ જતી રહે. અમારાં બંને વચ્ચે પ્રેમ હતો પણ બે માંથી એકેય વ્યક્તિ એ લગ્ન માટે ની વાત ના કરી. હું હવે સિયોર હતો કે હું કુસુમ ને લગ્ન માટે પૂછી લવ. પણ એમ થયું કે ફોન કરતાં રૂબરૂ મળીને વાત કરું તો વધારે સારું રેસે. મે મારા ઘરે વાત કરી દીધી અને મારા ઘરે થી પણ મને પરવાનગી મળી ગઈ. મમી પપા ને મે કુસુમ નો ફોટો બતાવ્યો અને બધા ને કુસુમ ખૂબ જ ગમી ગઈ. હું હવે તૈયાર હતો કુસુમ સાથે લગ્ન કરવા માટે.

➔ *ચેપ્ટર ચાર – આખરે આપેલ આશીર્વાદ.*

હું કુસુમ ને લગ્ન માટે પૂછવા તૈયાર થઈ ગયો એટલે મે એને કોલ કર્યો. પણ કુસુમ એ કોલ કટ કરી નાખ્યો અને કીધું કે એ સામે થી કોલ ના કરે ત્યાં સુધી કોલ ના કરતાં. મને આ બહુ જ અજુકતું લાગ્યું. કુસુમે આજ સુધી એવું કઈ જ નહોતું કર્યું. હું ધીરજ રાખીને કુસુમ ના ફોન ની રાહ જોઈ રહીઓ. બે દીવસ સુધી કુસુમ સાથે વાત ના થઈ પછી એનો કોલ આવ્યો એટલે મે પૂછ્યું કે અચાનક શું થઈ ગયું. એને કહ્યું કે એના પ્પા ની તબિયત બગડી ગઈ હતી તો હોસ્પિટલ ના કારણે આવુ કર્યું.

"કુસુમ મારે તને મળવું છે. તો હું ક્યારે મળી શકું? મારે તને ખાસ વાત કરવી છે."

"મારે પણ તમને વાત કરવી છે. તમે આવતી કાલે આવી શકો ? તો આપડે જ્યાં છેલ્લે મળ્યા ત્યાં દરિયા કિનારે મળસું"

મને મન માં કઈક તો વિચિત્ર થતું હોય એવી લાગણીઓ થવા લાગી પણ અંતે કુસુમ ને મળવા નો હરખ પણ હતો એટલે હું જતો રહીઓ. બીજે દિવસે અમે લોકો એ જ દરિયા કિનારે મળ્યા. પણ આ વખતે મને કુસુમ ના ચેહરા પર એટલી ખુસી નહોતી દેખાતી.

"શું થયું કુસુમ? તું કેમ આટલી મુરજાયેલી લાગે છે."

"કઈ નઇ. બસ એમજ."

એ ચૂપ થઈને થોડી વાર મારો હાથ પકડીને બેઠી રહી અને અમારી વચ્ચે મૌન હતું. પણ આ વખતે એ મૌન મને ખૂંચતુ હતું. મારુ મન કેહતું હતું કે કઈક તો અલગ થયું છે.

"મને તમે માફ કરી દયો." આટલું બોલી ને કુસુમ ની આંખો માં આંસુ દેખાય આવ્યા.

"પણ થયું છે શું કુસુમ, તું કેમ રડે છે? તને કોઈએ કઈ કહ્યું? તું મને કે , તું રડ નઇ. પ્લીસ"

"મારા પ્પા ની તબિયત ખરાબ હતી અને એ જ સમયમાં મારા લગ્ન ફિક્સ કરી દીધા અને પ્પા એ મારા પાસે થી પ્રોમિસ લીધું કે મારે આ લગ્ન કરવા જ પડસે. અને છોકરા ને પણ હું ઓડખું છું. સારું પાત્ર છે અને એનો પરિવાર પણ અમારા પરિવાર ને સારી રીતે ઓડખે છે."

દરિયો જ્યારે ગાંડો થાય અને કિનારા ની નજીક રહેલા બધા વસવાટ ને ઉજાડી નાખે એ ક્ષણ જેવી હોય એવું જ કઈક મારી સાથે થયું. હું અવાક બની ને દરિયા ને જોતો રહયો.

"મને માફ કરી દેજો. હું જાણું છું કે તમારી લાગણીઓ ને ઠેંસ પહોંચી છે."

હું ચૂપ રહીઓ કારણ કે મારા લગ્ન ના બધા સપાના ઓ ભાંગી ને ચૂર થઈ ગયા હતા. હવે હું કુસુમ ને લગ્ન ની તો વાત ના કરી સકું અને એના પ્રત્યે નો આ ગાઢ પ્રેમ હું કેમ સાચવું. આ સમયે મને અંદાજો આવી ગયો કે આ અમારી છેલી મુલાકાત હશે. મે કુસુમ નો હાથ પકડી એના માથા પર ચૂમયું. હું બીજા પ્રયત્નો પણ કરી શકતો હતો પણ કુસુમ ની હાલત જોઈ મારુ મન ના માન્યું.

"જો કુસુમ, તને યાદ છે તે કીધેલું કે મારા નશીબ માં જે હસે એ મને મળી જાસે, તો મન મોટું રાખ , તું ચિંતા ના કર, બધુ ઠીક થઈ જાસે. તું રડ નઇ. આપડો સાથ અહિયાં સુધી હતો એ પણ ખૂબ જ સુંદર હતો. તું મારા જીવન માં આવી એ પણ મારુ સદભાગ્ય હતું."

આટલું બોલતા હું એ ભેદ નહોતો કરી સકતો કે હું દિલાસો ખુદ ને આપતો હતો કે કુસુમ ને.

"તારું જીવન ખૂબ સુંદર અને મંગલમય બને, તું જીવન માં ખૂબ પ્રગતિ કરે. અને ખાસ જ્યારે અરીસા માં તું જો ત્યારે તારા ચેહરા પર મસ્ત સ્મિત રહે, એવા મારા આશીર્વાદ છે. ખૂબ ખુસ રહે."

"તમને તમારું મન ગમતું પાત્ર મળી જાઈ એવી મારી ઈશ્વર ને પ્રાથના છે"

"આવજો.."

કુસુમ ના આ છેલા શબ્દો હતા જે આજે પણ મારા કાન માં ઘણી વાર પડઘા પડતાં સંભળાય છે મને. મારો સ્નેહ, મારા અભરખા અને લગ્ન ના સપના અધૂરા જ રહી ગયા. આ મારુ પુસ્તક એ કુસુમ કામણગારી ના સ્મિત ને અર્પણ છે. કુસુમ જો ક્યારેય આ પુસ્તક તું વાંચે તો અરીસા ની સામે ઊભી રહી એક વાર સ્મિત કરી દેજે.

તારા માટે આ લેખક જીવંત બન્યો 'મલ્હાર'.

મે પુસ્તક વાંચીને પૂરું કર્યું અને સવાર ના ચાર વાગી ગયા. પુસ્તક ના છેલા પન્ના પર મારી આંખો માંથી આંશુ પડ્યા એ નામ પર 'મલ્હાર'.

મને પણ ખબર હતી કે મલ્હાર મને આટલો પ્રેમ કરે છે પણ નિયતિ માં શું લખેલું છે એ કોઈ ના જાણી શકે. મલ્હાર એ દિવસે તૂટેલા હ્રદય સાથે ઘરે કેમ પહોંચ્યો હસે એનો તો હું અંદાજો પણ ના લગાવી શકું. હવે મને સમજાય છે કે આટલો સુંદર પરિવાર ને આટલો સરસ પ્રેમાળ પતિ મને કોઈએ આપેલ આશીર્વાદ થી મળેલા છે.

મે પેન લઈને એ છેલ્લા પાને એક જ શબ્દ લખ્યો..

"આભાર કવિ સાહેબ."

વર્ષો થયા દબાયેલી અધૂરી લાગણીઓ પર આજે જાણે સાત્વિક પૂર્ણવિરામ લાગ્યો હોય એવા સ્નેહ સાથે આંશુ લૂછી ને અરીસા માં ઊભી રહી હું સ્મિત કરી રહી.

4. <u>અડોરેબલ ઇનસિડેન્ટ – (હેઝલ નો આનંદ)</u>

હું ગોવા ના બીચ પર દરિયા ના ફોટોસ પાડી રહીઓ હતો.. અને અચાનક મને સામે થી આવતા કપલ માંથી એક છોકરી એ કહ્યું..

"ઓહો.. તમે અહીયાં ? કેમ છો.? એકલા આવ્યા છો કે કોઇ સાથે છે?"

હેઝલ એ મને સામે થી પૂછ્યું.

"ઓહ.. હેઝલ.. હાય.. હું મજા માં.. તું કેમ છે? હેલ્લો.. હું આનંદ.. "

મે હેઝલ અને એના પતિ ને હેલ્લો કહ્યું.

"ઘણા વર્ષે મળ્યા હો.. એ પણ અહિયાં.. હાહા.. હજી એકલા જ છો કે લગ્ન કર્યા તમે ક્યાંય.?" હેઝલ એ મજાક કરતાં પૂછ્યું

"ના.. હજુ સિંગલ જ છુ. અહિયાં એક ફ્રેન્ડ સાથે આવ્યો તો.. ફરવા.." મે અચકાતા મારી એકલતા ને છુપાવતા કહ્યું.

"અરે, વત્સલ મે તમને વાત કરી હતી ને કે મારી બેસ્ટફ્રેન્ડ છે સ્નેહા, એની જોડે વર્ક કરે છે.. આનંદ.. એ આ" હેઝલ એ એના પતિ વત્સલ ને મારી સાથે ઈન્ટ્રો કરાવતા કહ્યું..

"હાય.. ગાઈસ, મે કઈ મિસ તો નથી કર્યું ને? હું સ્વાતિ, આનંદ ની ફ્રેન્ડ." સ્વાતિ એ કહ્યું.

"હેલ્લો. સ્વાતિ." હેઝલ અને તેના પતિ વત્સલ એ કહ્યું.

થોડી વાર અમારા બધા વચે વાતો થઈ અને પછી એ લોકો જતાં રહ્યા.. પછી સ્વાતિ એ મને પૂછ્યું. કે આ હેઝલ કોણ છે.

હું મારા ભૂતકાળ ને વાગોળી રહીઓ. સ્વાતિ અને હું હજી પ્રથમ બેંગલોર માં જ મળ્યા અને ફ્રેન્ડ બની ગયા હતા. અને વિકેન્ડ માટે ગોવા ફરવા આવ્યા તા.

"ઓ આનંદ જી.. કહા ગુમ હો ગયે.. પુરાના પ્યાર યાદ આ ગયા કયા ???" સ્વાતિ એ મજાક માં પૂછ્યું.

"અરે.. એવું જ છે કઈક.. બહુ લાંબી સ્ટોરી છે.. પછી ક્યારેક વાત.." મે એ વાત ટાળતા કહ્યું.

"નો પ્રોબ્સ.. યોર ચોઈસ બડી.. મે તો જા રહી હું હોસ્ટેલ.. તુમ આપના સન્સેટ એન્જોય કરો.. બાય આનંદ." સ્વાતિ આટલું કહી ને જતી રહી.

હું એ ડૂબતાં સૂરજ ને જોઈ રહીઓ અને મારા ભૂતકાળ માં સરી પડ્યો.

હેઝલ.. આજ થી ૪ વર્ષ પેહલા મળી હતી મને.. એ તો આખી સ્ટોરી ફલેસબેક ની જેમ મારી આંખો ની સામે તરી આવી.

હું ગ્રેજુએસન કમ્પ્લીટ કરી એક એનિમેસન કંપની માં જોબ માં લાગ્યો તો ચાર-પાંચ વર્ષ પેહલા. પણ મને ફરવા નો ખૂબ જ શોખ. હું એકે વિકેન્ડ ઘર પર ના રહું.. જ્યારે પણ સમય મળે એટલે ફરવા નીકળી જવાનું. મારી વર્ક પ્રોફાઇલ આમેય ફ્લેક્સિબલ હતી એટલે સમય સાથે બવ વાંધો નહોતો. હું બરોડા રહેતો અને પછી જોબ માટે બેંગલોર શિફ્ટ થઈ ગયો. અહિયાં ની લાયફ બહુ જ ફાસ્ટ છે. કોઈ ને સમય નથી એ પૂછવા કે કોણ કેટલું ખુસ છે કે કોણ કેટલું દુખી છે. ભૂલ થી જ્યારે પણ મિત્રો કે ઓફિસ ના બીજા કોઈ પણ મળે તો હમેસા, કેટલું પેકેજ છે? અને શું ફ્યુચર પ્લાન છે? બસ આવુંજ ડિસક્સન ચાલતું હોય.

કુમફૂ પાંડા મૂવી માંથી ઇન્સપાયર થઈ ને અમારી કંપની ને રિસર્ચ અને અનિમેસન નો પ્રોજેક્ટ મળ્યો. એ પ્રોજેક્ટ માટે મારે બેકગ્રાઉન્ડ બનાવી આપવાનું હતું. મારે એના માટે કોઈ રિયલ લોકેશન માં જઈને આ પ્રોજેક્ટ પર કામ કરવું હતું. એટલે હું એના માટે ભૂટાન ની ટુર પર નીકળી પડ્યો.

બેંગલોર થી બાગડોગરા એરપોર્ટ પહોંચીને મે એક કંપની સાથે ટ્રીપ પ્લાન કરી જેમાં એ લોકો મને ભૂટાન ફરવા લઈ ગયા. હું ઇમિગ્રેસન ની પ્રોસેસ પતાવી ને હોટેલ માં પહોંચ્યો. એ રાત હું થિમફૂ માં રોકાયો. સવાર પડતાં ત્યાં બ્રેકફાસ્ટ માટે હું બહાર ના વાતાવરણ ની મજા લેતો લેતો અનિમેસન વર્ક માટે ત્યાં ના લોકલ્સ ને જોઈ રહીઓ. હું રેસ્ટોરેન્ટ માં બ્રેકફાસ્ટ માટે બેઠો.

"એક્સક્યુસમી, કેન વી સીટ હિયર ?" એક કપલ હતું અને એમાંથી એ છોકરી એ મને પૂછ્યું.

"યા સ્યોર. નો પ્રોબ્લેમ. તમે ગુજરાતી છો?" મે કહ્યું.

"હાસ્તો.. બરોડા થી. અહિયાં ફરવા આવ્યા છીએ. મારૂ નામ છે સ્નેહા. અને આ મારા હસબેન્ડ કૈલાશ. " સ્નેહા એ કીધું.

"અરે વાહ.. મારૂ નામ આનંદ છે. હું પણ બરોડા થી જ છું.. હાલ બેંગલોર વર્ક કરૂં છું." મે કીધું

"આનંદ કે ? તમે એચ.એન્ડ.એલ કોલેજ માં સ્ટડી કર્યું છે ?" સ્નેહા એ પૂછ્યું

"હા. આનંદ કેશવ એ હું પોતે. એજ કોલેજ માં હતો." મે કીધું.

"વોવ.. મે તમારૂં નામ સાંભળ્યું છે, તમે મારા સિનિયર છો. આખા કોલેજ માં તમે એકજ હતા જેને એ સમય માં એનિમેસન ફિલ્ડ સિલેક્ટ કર્યું તું." સ્નેહા એ કહ્યું.

થોડી વાર વાતો કરતાં ખ્યાલ આવ્યો કે સ્નેહા અને મે, એકજ કોલેજ માં ગ્રેજુએસન કરેલું અને અમે સિનિયર જુનિયર છીએ. પરદેશ માં જ્યારે કોઈ પોતાનું મળે તો એની વાત જ અનોખી હોય.. પછી ખ્યાલ આવ્યો કે અમે વોટ્સેપ ના એક એલૂમની ગ્રુપ માં પણ છીએ. પછી અમારે કોલેજ ની ઘણી વાતો થઈ અને પ્રોફેસર ની પણ વાતો થઈ. અમે લોકોએ સાથે ફોટોસ લીધા અને એક બીજાને ઇન્સ્ટાગ્રામ માં ટેગ કર્યા. એ લોકો ત્યાંથી ફરવા જતાં રહ્યા અને હું લૂનાના વિલેજ તરફ જવા નીકળ્યો. લૂનાના એ ભૂટાન નું રિમોટ વિલેજ છે જ્યાં ની વસ્તી ખાલી એક હજાર જેટલી જ હશે. ત્યાં પહોંચવા માટે લગભગ ત્રણ દીવસ નું ટ્રેકિંગ કરવું પડ્યું. પણ જ્યારે ત્યાં પહોંચ્યો તો એ નજારો આંખો માટે અજાયબી સમાન હતો. ત્યાં

ના લોકો એ બહુ સુંદર સ્વાગત કર્યું. લુનાના નું તાપમાન ફેબ્રુવારી મહિના માં લગભગ દીવસ ના ટાયમ માં ૮ થી ૧૦ ડિગ્રી હતું અને રાત્રે એ માયન્સ માં જતું રહતું.

સવારે જયારે એ પહાડો માં સૂરજ ઊગતો હોય એ જોઈને ત્યાંનાં ફૂલો ખીલી ઉઠતાં. ત્યાં ના લોકલ્સ સવારે રોજ એ પહાડ ની પૂજા કરે છે. જે એમનું રક્ષણ કરે છે અને એમના માટે સ્નેહ અને આદર દર્શાવે છે. અને હું ત્યાં બે દીવસ રોકાણો પણ ત્યાં નેટવર્ક નહોતું. એટલે મે બને એટલા ફોટોસ અને વીડીઓસ લીધા અને મારા એનીમેસન પ્રોજેક્ટ માટે કુદરતી દૃશ્યો ને કેપ્ચર કર્યા અને પછી પાછો જવા નીકળી ગયો.

હું ત્યાં થી બીજે દિવસે નેટવર્ક માં આવ્યો તો કોલેજ ના ઘણાબધા મિત્રો ના મેસેજ હતા. મે વારા ફરતી બધાને જવાબ આપ્યો અને પછી લૂનાના ના ફોટોસ સ્ટેટસ માં રાખ્યા. હું બધાના સ્ટેટ્સ જોતો હતો. સ્નેહા ના સ્ટેટ્સ માં જોયું એક છોકરી અને એમાં એને હેપી બર્થડે લખેલું. છોકરી ખૂબ સુંદર હતી જાણે કે હોલીવુડ ની કોઈ હેરોઇન અને નામ પણ એનું એવુંજ હતું.. હેઝલ..

મે મજાક માં સ્નેહા ને મેસેજ કર્યો કે મારા તરફ થી પણ હેઝલ ને બર્થડે વીસ કરે. એનો મેસેજ આવ્યો.

"થેન્ક યૂ. હું હેઝલ જ છું. સ્નેહા ની બેસ્ટ ફ્રેન્ડ." આ મેસેજ વાંચી ને મને થયું કે સ્નેહા મારી જોડે મજાક કરે છે. મને ભરોસો ના આવ્યો. છતા મે થોડી વાર વાત કરી પછી એને પોતાના આઈડી માંથી રિક્વેસ્ટ મોકલી અને અમે બંને આ રીતે ફ્રેન્ડ્સ બન્યા.

હેઝલ બરોડા માં એમ્બી. બી. એસ. કરતી હતી. હેઝલ મારા થી લગભગ આઠેક વર્ષ નાનકડી હસે. સ્વાભાવિક રીતે અમારી વચે એક જનરેસન ગેપ હતો. અમારી બંને ની વિચારધારા અને લાઇક ડિસલાયક અલગ અલગ અચૂક હતી પણ ઇમોસનલ અમે કદાચ એક સરખા હતા.

સિલ્કી લોંગ હેર. ગોરો ગોરો ગોળ ફેસ. સુંદર આંખો અને એ આંખો પર આછા લાકડીયા કલર ના લેન્સ પહરેલા. હેઝલ ખૂબ જ સુંદર દેખાતી હતી. મે એના ફોટોસ જોયા. હેઝલ અને મારે હવે લગભગ હર રોજ વાતો થવા લાગી. હું હેઝલ ને પ્રથમ વાર જ્યારે એનો ફોટો જોયેલો ત્યારથી જ પસંદ કરવા લાગેલો. હેઝલ મારા સ્વભાવ થી અને મારી લાગણીશીલતા થી લગાવ કરવા લાગી. અમને વાત કરતાં ફક્ત એક થી બે મહિના થયા અને અમે હવે મળવાનો નિર્ણય કર્યો. હેઝલ ને એના રિલેટીવ ના ઘરે અમદાવાદ જવું હતું અને મારે પણ ઓફિસ ના કામ થી અમદાવાદ જવાનું હતું. અમે લોકો એ પેહલી જ વાર મળવા માટે બસ સ્ટેન્ડ ભેગા થયા. હું મારી બાયક લઈને ગયેલો અને અમારે નક્કી થયું કે બાયક પર જ અમે અમદાવાદ જતાં રહીશું. બસ સ્ટેન્ડ પહોંચી ને મે હેઝલ ને કોલ કર્યો.

"હેઝલ , હું અહિયાં બસ સ્ટેન્ડ ની બહાર મોટા વડલાં પાસે વેઇટ કરૂં છું. ક્યારે આવે છે તું?"

"ટાડા, લુક બેક મિસ્ટર" હેઝલ મારી બાયક પાસે આવીને ઊભી હતી.

હેઝલ એ મોઢે દુપ્પટો બાંધેલો હતો એટલે હું ઓડખી ના શક્યો. પણ નાનકડી હાઇટ અને ગોલુમોલૂ શરીર જોઈને મને સમજાય ગયું કે એ હેઝલ જ છે.

"યે લીજીએ આપકે લઈએ હમ ચોકલેટ લાયે હે. " હેઝલ એ કહ્યું.

"છોકરાઓ તો જનરલી લાવતા હોય પણ છોકરી પણ એક છોકરા માટે ચોકલેટ લાવે, વાહ ખુશી થઈ મને બવ" એવું મે હેઝલ ને કહ્યું.

હું ને હેઝલ બરોડા થી અમદાવાદ જવા બાયક પર નીકળ્યા. બાયક હાઇવે પર પહોંચતા મે એને કહ્યું હેઝલ શું હું તને જોઈ શકું ? તું આ દુપ્પટો ના બાંધે તો ચાલસે? એનો ચેહરો હવે હું ખિલતા ફૂલ ની જેમ જોઈ રહીઓ અને મને મસાન મૂવી નો સીન યાદ આવી ગયો. એ મૂવી ની જેમ અમે બંને પણ બાયક પર જઈ રહ્યા હતા.

"સાંભળો ને, મારે તમને એક વાત કેહવી છે" હેઝલ એ કહ્યું.

"હા, ચોક્કસ, તું કહી શકે. સંકોચ ના કર." મે કહ્યું.

"મારો, એક બોયફ્રેન્ડ પણ છે. ઘણા સમય થી એક બીજાની સાથે છીએ."

"હું સાંભળું છું. બોલી શકે જે કેહવું હોય એ.. અને ચિંતા ના કર. હું આ બધી વાતો સમજી શકું એટલો મેચ્યોર છું જ. "

"અમારે લોકો ને જઘડો થયો છે એટલે મે એને બ્લોક કરી દીધો. એ મને સમય નથી આપતો અને મારુ ગમતું વ્યક્તિ મને ઇગ્નોર કરે એ મને ના ગમે, મને બહુ હર્ટ થાય છે, અને થોડા ટાયમ માં આપડે લોકો વાત કરતાં થયા અને મને તમારો સ્વભાવ ખરેખર બહુજ ગમ્યો. તમારી સાથે મને સિક્યોર ફિલ થાય છે. એવું લાગે છે કે જ્યાં મારી વાતો નું સ્વમાન જળવાય રહેશે. તમારો લાગણીઓ વારો રિસ્પોન્સ મને ખૂબ ગમે છે." હેઝલ એ કહ્યું.

"હેઝલ, મને પણ તું ખૂબ ગમે છે અને આજ થી જ નહીં પણ પહેલી વાર તને જ્યારે ફોટો માં જોઈ ત્યારે થી જ હું તને પસંદ કરું છું."

આટલી વાત થયા પછી અમે બંને ના મન માં થોડી હળવાસ આવી અને પેહલી વાર અચાનક આવી રીતે મળ્યા ની અસ્વસ્થતા થોડી આનંદ માં ફેરવાય.

"હેઝલ, તને એક વાત પૂછું. પ્લીસ ખોટું ના લગાડે તો ?" મે કહ્યું

"હા, તમે પૂછી શકો."

"સાંભળ, લાગણીઓ જેમ મને તારા માટે છે, એ એમ તને પણ છે, પણ તારા મન માં ઓલરેડી એક વ્યક્તિ ની જગ્યા રોકાયેલી છે તો તને એવું નથી લાગતું કે તું એને ચિટ કરે છે?"

મારા આ સવાલ થી કદાચ હેઝલ ના મન માં ઘણા વિચારો આવ્યા હશે એટલે થોડી વાર નું મૌન મને સમજાય પણ ગયું.

"હેઝલ જરૂરી નથી હો આ પ્રશ્ન નો જવાબ આપવો. તને યોગ્ય લાગે તો જ કહેજે. " મે ફરીથી કહ્યું.

"એવું તો કઈ નથી. અને આપડે બંનેએ પણ હજુ એવું કઈ કર્યું પણ નથી. શું હું પણ થોડો વ્હાલ મેળવું એવું ડિસર્વ નથી કરતી? મારો પણ હક્ક નથી કે હું ખુસ રહું. મારી લાગણીઓ નું સ્વમાન કોઈ આપે તો હું સૂકામ મારો થોડો સમય એની સાથે વિતાવી ના શકું? અને આમેય જો એને મારી આટલી ચિંતા થાતી હોત તો આવી રીતે એને મારી સાથે જઘડો ના કર્યો હોત. તો ટેક્નિકલી હું એને ચિટ કરતી હોવ એવું તો મને નથી લાગતું." હેઝલ એ કહ્યું.

આટલું કહીને હેઝલ મને બાયક પર બેઠા બેઠા ભેટી પડી. હું અરીસા માં થી જોઈ રહીઓ અને મે જોયું કે એની આંખો ના ખૂણા ભિના થયેલા હતા. હેઝલ ની લાગણીઓ અને એનો નિસ્વાર્થ સ્નેહ મને એના સ્પર્શ માં અનુભવ થઇ રહીઓ હતો. થોડી વાર ના મૌન પછી વાતાવરણ ગમગીન ના થાય માટે હેઝલ બોલી ઉઠી..

"એ, સાંભળો ને.., હું શું કહું છું તમને.. તમારો અવાજ તો સારો છે.. તો કોઈ ગીત તો સાંભળાવો યાર.." હેઝલ એ કીધું

"અહિયાં. રોડ પર તારે ગીત સાંભળવું છે એમ ? ચાલો આપકા હુકમ સરાખો પે.. પણ જો પેહલા કહી દવ. મને જૂના ગીતો જ વધારે આવડે છે. ચાલસે તને ?"

"અરે અરે.. બવ બધુ વિચારો છો હો તમે.. લિવ અ લિટ્લ યંગ મેન.. તમે ગાઓ , મને ચાલસે."

"યે ચાંદ સા રોસાન ચેહરા, ઝુલ્ફો કા રંગ સુનહરા, યે જિલ સી નીલી આંખે , કોઈ રાઝ હે ઇનમે ગેહરા, તારીફ કરૂં, કયા ઉસકી જિસને તુમ્હે બનાયા."

હું ગીત ગાઈ ગાય રહીઓ અને મારી સાથે સાથે એ પણ ગાવા લાગી અને અમે બંને ને આમ પાગલો ની જેમ ગીત ગાતા જોઈ, બાજુમાંથી નીકળતા એક કાકા હસી રહ્યા.

અને એને જોઈ ને અમે બંને પણ હસી પડયા. અને કલાકો ની આ સફર જાણે ક્ષણવાર માં જ પૂરી થઈ ગઈ અને અમે અમદાવાદ પહોંચી ગયા.

"તમારો ફોન આપો તો. " હેઝલ એ કહ્યું

એને મારો ફોન હાથ માં લઈ પોતાના ફોન માંથી મને ફોન કર્યો એ જોવા માટે કે મે એનું નામ શું સેવ કર્યું છું. એ વાંચીને વિચિત્રતા સાથે થોડું મલકાય રહી. મે લખ્યું હતું, 'બી અલાઇવ ફોર અ વાઈલ'.

"આમ કોણ નંબર સેવ કરે, હાહા" હેઝલ એ કીધું

"એ તોફાની છોકરી, તું નઇ સમજે. ચલ હવે તને મોડુ નથી થાતું."

"કહો ને યાર, આવું કેમ લખ્યું છે. પ્લીસ પ્લીસ પ્લીસ?"

એની પ્લીસ પ્લીસ બોલવાની બવ આદત હતી.. અને એ એટલું વ્હાલ થી બોલતી નાનકડા બાળક ની જેમ કે હું કોઈ દીવસ એની કોઇ વાત ની, ના જ ના પાડી શકું.

"સારું ક્વ તને જો, તું મારા જીવન માં આવી ને એ પેહલા પણ એક ગર્લ હતી, પણ એના લગ્ન થઈ ગયા. અને હું ઘણા સમય થી મારી એકલતા સાથે લડતો હતો. અચાનક જ્યારે તારી સાથે વાત થઈ તો મને થોડું જીવંત લાગ્યું અને જીવન મને ગમવા લાગ્યું. એટલે જ્યારે પણ તારી સાથે વાત થાય તો મને જીવન રોચક અને આકર્ષક લાગતું. તો મે તારો નંબર આ રીતે સેવ કરી લીધો." મે કહ્યું.

"ઓહો, ફિલ્મી ફૂલ ઇમોસનલ હો તમે. ચાલો પછી મળીએ આપડે.. ." આટલું બોલી ને એ મંદ મંદ હસી રહી.

"અચ્છા, સાંભળ, તે શું સેવ કર્યું છે એ તો કેતી જાય.."

"અડોરેબલ આનંદ"

મારુ આવું નામ સાંભળીને હું પણ મલકાય રહીઓ. કોઈ પણ સિંહ જેવો દેખાતો પુરુષ સાથે પણ જ્યારે વ્હાલભર્યું વર્તન કરવા માં આવે તો કોને ના ગમે. હરેક વ્યક્તિ પ્રેમ ઝંખતો હોય છે. બસ બધાની સ્નેહ આપ લે કરવાની રીતો અને શબ્દો કદાચ અલગ અલગ હોય છે.

આજ ની અમારી વચ્ચે થયેલી આ જર્ની માં મને હેઝલ વધારે ગમવા લાગી. એના બોયફ્રેન્ડ વારી વાત ને લઈને મને થોડી ચિંતા પણ થઈ, પણ થયું કે હજુ કયા અમારી વચ્ચે કોઈ એવો સંબંધ જ છે કે અમારી લાગણીઓ ને કોઈ લાંછન લાગે. હું મારુ ઓફિસ વર્ક

પૂરું કરીને બરોડા ઘરે જતો રહીઓ. હેઝલ ત્યાં રોકાઈ ગઈ. હેઝલ એ કરેલી હગ મને મારા શરીર ના સ્પર્શ માં એક યાદગાર છાપ બની રહી. એ હગ માં એક હૂંફ હતી. એક બીજા માટે ની લાગણીઓ ની તાલાવેલી થી લઈને એક બીજા સાથે ના સ્નેહ માં દેખાતો આદર પણ હતો.

હેઝલ નો સ્વભાવ હતો કે એ બહુ વાતોળી હતી. એને હમેસ કઈ ને કઈ વાતો કરવા જોઈએ. આખો દિવસ કા તો વોટ્સેપ હોય અને કા તો કોલ માં વાતો કરવા જોઈએ. હેઝલ ની હાઇટ મારા કભાં સુધી પહોંચતી એટલે હું એને વારે વારે ચીડવતો, પણ એ પણ એક વ્હાલ હતો. એક મુલાકાત પછી જેમ આપડે કોઈ ગળી વસ્તુ ખાધી હોય ને એ ગમે, એટલે વધારે ખાવાનું મન થાય એ જ રીતે મને હેઝલ ને મળવાનું મન થઈ ઉઠ્યું, અને હવે એની સાથે નો મારો લગાવ વધારે ગાઢ સ્વરૂપ લઈ રહીઓ હતો. હેઝલ પણ મારી સાથે વાતો કરીને ખૂબ ખુશ હતી એ આખો દીવસ મારી સાથે વાતો કર્યા કરતી. પોતાના ફોટોસ મોકલતી અને જમવાના પણ ફોટોસ મોકલતી રહેતી. હેઝલ નો સ્વભાવ નાનકડા બાળક જેવો જ હતો. બવ બધુ એટેન્શન જોઈએ અને ના મળે તો રળવા લાગે. હેઝલ ખૂબ પ્રેમાળ અને તોફાની અને નખરાળી પણ હતી. હેઝલ ને આઇસક્રીમ ખૂબ ભાવતી.

મે હેઝલ ને એક નોટ લખીને મોકલી.

"મારી વ્હાલી તોફાની.

સૌથી થી પેહલા તો હું આભાર માનીશ હગ માટે. તું મળવા આવી અને મારા માં તે જ વિશ્વાસ દાખવ્યો એના માટે તારો ખૂબ ખૂબ આભાર. તારા સ્પર્શ અને તારા સ્વભાવ થી હું અભિભૂત થયેલો છું. મે તારા માટે એક કવીતા લખી છે.

જોઈ ના હતી અજાણી તને મે, આંખો માં તું આકર્ષાય સ્પર્શ ની થઇ તું લહાણી,

બોલે તો બોલતી રહે પણ થાકે તો પણ સ્મિત કેરી મલકાય તું જાણે એક તોફાની.. હવે ફરીથી જલ્દી મને આંખોએ દેખાય આવે, ખાલી ફોટો માં કયા સુધી જોવ હું જાણી જાણી. હૂંફ, લાગણીઓ, સ્નેહ થી ભરેલી બધી મારી વાણી, તુંજને જ અર્પણ એકો એક કહાણી.

તને જોઈ ને મારી અંદર ફૂલો ખિલતા હોય એવું લાગે છે. પતંગીયા ઉડતા હોય છે. મને ખબર છે હો, આ વાંચીને તારા મન માં બવ અટપટા તોફાની વિચારો આવતા હશે. એમ, મને એક વિચાર પણ આવે છે, આપડે કોઈના પ્રેમ માં પડીએ તો કેવા પતંગીયા ઊડે

એવું લાગે, તો જ્યારે પતંગીયા જ પ્રેમ માં પડે તો શું એના પેટ માં માણસો ઉડતા હસે? હે હે હે. મજાક કરું છું.

હેઝલ તું મને ગમે છે. મને ખબર છે કે જીવન ને લઈને ભવિષ્ય ને લઈને આપડા બેય માં કદાચ કોઈ સમાનતા હોય ના હોય, કે આ લાગણીઓ નું કોઈ ભવિષ્ય હોય કે ના હોય.. પણ એક વાર હું ચોક્ક્સ પણે ઈચ્છું છું કે આપડે ફરીથી મળીએ.

"વ્હાલ સાથે. એડોરેબલ આનંદ."

પછી એનો જવાબ આવ્યો.

વ્હાલ સાથે વસ માં કરવું તો કોઈ તમારા પાસે સીખે. આટલું સુંદર રીતે તો મને આજ સુધી કોઈએ લખીને નથી મોકલ્યું. તમારા આભાર સાથે તમારી લાગણીઓ અને ઇછા બંને નો સ્વીકાર છે. આપડે ખૂબ જલ્દી મળીસુ. તમને મળ્યા પછી મને પણ તમને મળવાનું ખૂબ મન છે.

-બી અલાઇવ ફોર અ વાઈલ.

અમારા બંને વચે આટલી વાત થયા પછી હવે અમે ફરીથી મળીસું એ માટે હું ખૂબ આતુરતા થી રાહ જોઈ રહીઑ હતો. થોડા સમય પછી અમારે નક્કી થયું કે અમે લોકો ટ્રેકિંગ કેમ્પ માં જશુ. અમે લોકો હિમાચલ જવા નીકળ્યા. બરોડા થી ટ્રેન માં અમે લોકો ચંડીગઢ પહોંચ્યા અને ત્યાંથી અમે લોકો મનાલી જવા માટે નીકળ્યા રાત્રે ટેમ્પો ટ્રાવેલર માં અમે બંને એક બીજાં ની બાજુમાં બેઠા હતા. મને ઊંઘ નહોતી આવતી કારણ કે મારુ મન અને હૃદય હરખ થી ઘેલું થયેલું હતું. હેઝલ ની સાથે આમ કોઈ દીવસ હું બહાર જઈ શકુ એવો મને અંદાજો પણ નહોતો.

એ રાત્રે અમે લોકો બસ માં અંતાક્ષરી રમ્યા અને બહુ બધા ગીતો અને મસ્તી પછી શાંતી છવાય રહી અને ધીરે ધીરે બધા ઊંઘી ગયા. હેઝલ પણ થોડી ઊંઘ માં આવી અને પછી મારા જમણા ખભા એ પોતાનું માથું રાખીને સૂઈ રહી. મે બેગ માંથી ચાદર કાઢીને એને ઓઢાડી પછી એને મારો હાથ પકડી રાખ્યો અને ઊંઘી ગઈ. એ લાગણી મારા માટે ખૂબ જ મહત્વ પૂર્ણ રીતે અંગત અનુભવ હતો. જે મે આજ સુધીમાં આવો પ્રેમાળ અનુભવ નહોતો કર્યો. હું સવાર સુધી બહુ જાજુ હલતો નહોતો કે એની ઊંઘ ઊડી જાઈ.

બીજે દિવસે સવારે ગર્લ અને બોયસ ને અલગ અલગ ટેન્ટ અલોકેટ કરવામાં આવ્યા. અને અમારા લોકો ની મનાલી ની સફર સરુ થઈ. અમે લોકો સાંજ ના સમયે વાઈચીન વેલી પહોંચ્યા. બસ થોડે દૂર અમને સૂર્યાસ્ત દેખાઈ રહીઑ હતો અને અમે લોકો બધા ત્યાં

બેસી ગયા. આખો દીવસ ટ્રેકિંગ કરીને બધા લોકો થાકી ગયા હતા. મે હેઝલ ને થોડું પાણી આપ્યુ. અને એ સનસેટ ને અમે જોઈ રહ્યા. બે પહાડો વચે ઢળતો સૂરજ જોઈને મને એમ થતું હતું કે હું પણ હેઝલ ના પ્રેમ આમ ઓગળી રહીઓ છું.

"સાંભળો ને, મારે તમને કઈ કહવું છે." હેઝલ એ કહ્યું.

"હા હેઝલ , હું અહિયાં જ છું." મે કહ્યું.

"હું જ્યારે નાની હતી ને ત્યારે મારો ભાઈ ની ડેથ થઈ ગઈ હતી, તો મારા મમી મને, એના માટે જવાબદાર માંને છે અને મને બ્વ મારતા નાની નાની વાત માં. મને નાનપણ થી જ વ્હાલ નથી મળ્યો તો કોઈ મારી સાથે પ્રેમ થી વ્હાલ થી વર્તન કરે ને તો હું પાગલ થઇ જાવ છું. પછી સ્કૂલ માં મારા બોયફ્રેન્ડ નો સાથ મળ્યો એ મને ખૂબ સ્નેહ થી રાખતો અને પછી હવે આજ તમારો સાથ મળ્યો છે. હું ખૂબ ખુસ છું આજે, અને ઈશ્વર નો ખૂબ આભાર માનું છું જે કઈ અત્યારે મારા પાસે આજ છે એના માટે. તમે પ્લીસ મને છોડીને ક્યારેય ના જતાં, હું તમારા વગર નહીં રહી શકું. મને તમારી સાથે ખૂબ લગાવ છે. મને તમે જે અથાક સ્નેહ થી રાખો છો, મારી કાળજી રાખો છો એ મને તમારા પ્રત્યે વધારે આકર્ષિત કરે છે. આઈ થિંક આઈ એમ ઇન લવ વિથ યૂ." હેઝલ એ કહ્યું.

આટલું સાંભળીને મારી આંખ માં લગભગ આંશુ આવી ગયા પણ હું રડી ના શક્યો બસ એનો હાથ પકડી ને થોડી વાર મૌન બેઠો રહ્યો. હેઝલે મારો હાથ કસીને પકડી રાખ્યો. એ કસીને પકડેલા હાથ અને લાગણીઓ થી તરબોળ થયેલો એ સમય અમને એક બીજા ના પ્રેમ માં ઓગાળી ગયો. મને એ ડૂબતો સૂરજ જોઈ જાણે મારા જીવન માં નવો સૂર્યોદય લઈ આવશે એવી આશા બંધાણી.

"હેઝલ, આઇ લવ યૂ ટૂ." બસ હું આટલું જ બોલ્યો.

બીજે દિવસે અમે લોકો મનાલી પાસે મનીકરન ગુરુદ્વારા ગયા અને પછી પેરાગ્લાઈડિંગ માટે ગયા. નવ હજાર ફૂટ પર થી કૂદકો મારીને જે હવા માં ઉડવાનો એહસાસ છે એ અદભૂત અને વિસ્મયકારી છે. ત્યાં થી અમે લોકો રિવર રાફ્ટિંગ પણ કર્યું.. રીવર રાફ્ટિંગ માં ઠંડા પાણી માં હેઝલ ની હાલત જોવા જેવી હતી. હું એની સામે જોઈ હસી રહીઓ હતો.

"કેમ હસવું આવે છે તમને, હે ?" હેઝલ એ પૂછ્યું.

"તને જોઈને એવું લાગે છે જાણે એક નાનકડી બિલાડી ને પાણી માં જબોરી ને બહાર કાઢી હોય, હાહાહા"

"કિટ્ટા, આપડી જાવ. હું તમારી સાથે નઇ બોલું. તમે મારી મજાક કરો છો."

"અરે અરે અરે.. સોરી સોરી બાબા. હવે નઇ કરું બસ.. કિટ્ટા નઇ કર તું મારી સાથે."

ત્યાંથી પછી અમારા લોકો નો ફ્રી ડે હતો તો બાયક રેન્ટ કરી અમે મનાલી થી અટલ ટનલ થઇ સોલાંગ વેલી અને સીસુ વિલેજ ગયા. ત્યારે સ્નો ફોલ જોયો અને રસ્તા માં માઇનસ બે ડિગ્રી નું તાપમાન હતું એટલે અમને ખૂબ ઠંડી લાગી હતી. આ અમારા જીવન ની એક યાદગાર સફર હતી. એ બરફ થી ઢંકાયેલા દેખાતા પહાડો કુદરત ની વિષેસ અજાઈબીઓ દરસાવતું હતું. કુદરત જ્યારે સોળે કળાએ ખીલે તો જીવન તમને આંખો થી જ હૃદય સુધી સુંદરતા નો અનુભવ કરાવે છે. હવે તો મારી સાથે મારુ પ્રિય પાત્ર પણ હતું એટલે કુદરત ની સૂંદરતા અને એમાં સ્નેહ નો સ્વાદ બને એક સાથે પ્રેમ માં ઓતપ્રોત આહલાદક અનુભવ આપી રહ્યા હતા. અટલ ટનલ ની બહાર અમે લોકો એ રાજમા ચાવલ જમ્યા અને એ ખૂબ જ ટેસ્ટી હતા.

કહેવાય ને કે કોઈ પણ સફર ગમે એટલી સુંદર હોય અંતે પૂરી તો થવાની જ છે. મનાલી ટુર ના આ ચાર દીવસ કયા વીતી ગયા ખબર જ ના પડી. અને અમે લોકો પાછા ઘરે આવી ગયા. હું અને હેઝલ, હવે એક બીજાના ના પ્રેમ માં ઓડઘોળ હતા. હું રોજ એની સાથે સંપૂર્ણ જીવન વિતાવવાના દિવાસ્વપ્નો જોવા લાગ્યો પણ નિયતી ને તો કઈક અલગ જ મંજૂર હતું. અને જીવન માં એક વણાંક આવ્યો.

મને એક દીવસ હેઝલે રડતાં રડતાં કોલ કર્યો અને કહ્યું કે એની લાયફ માં એનો બોયફ્રેન્ડ પાછો આવી ગયો છે તો મારી સાથે થોડા સમય વાત નઇ કરે. આટલું સાંભળતા મને ખૂબ આંચકો લાગ્યો પણ હું ખુદ ની અને હેઝલ ની પરિસ્થિતિ ને સમજવા માટે રાહ જોઈ રહીઓ. અમારા વચે ૩ દીવસ સુધી કોઈ વાત ના થઈ. હેઝલે મને બધે થી બ્લોક કરી દીધો હતો અને કોલ મેસેજ સાવ બંધ. ચાર દીવસ પછી એનો મને કોલ આવ્યો કે એના

બોયફ્રેન્ડે અને હેઝલ એ લગ્ન કરવાનું નક્કી કર્યું છે. હેઝલ ની માનસિક સ્થિતિ નાજુક હતી એ સમયે, અને એની ઉંમર માં આવા નિર્ણયો લેવા સ્વાભાવિક લાગ્યા મને. હેઝલ પ્રત્યે નો પ્રેમ મને અંતે તો એવો જ નિર્ણય પર લઈ આવ્યો કે જો એ ખુશ છે તો હું પણ ખુશ. આમ સમજી ને અમે એક બીજા સાથે બોલવાનું ઓછું કરી નાખ્યું. પણ મારા જીવન માં મોટું આશ્ચર્ય તો મને પછી થયું.

થોડા સમય પછી હેઝલે મને કોલ કરીને કહ્યું કે એનો બોયફ્રેન્ડ જોબ માટે અબરોડ જાય છે તો એ બંને એ ફરીથી બ્રેકઅપ કરી લીધું અને હવે એ ફાયનલી મારી સાથે રેહવા માંગે છે. હેઝલ ના આ બદલતા નિર્ણયો એ અમારા સંબંધ માંથી ભરોસો ખતમ કરી નાખ્યો હતો. હવે હું એની સાથે તો હતો પણ મને એના પર પેહલા ની જેમ વિશ્વાસ ના આવતો. હું એને લઈને ખૂબ પસેસિવ થઈ ગયો. મને પોતાને પણ ખબર ના પડી કે મારો સ્વભાવ આવો ક્યારે થઈ ગયો. હવે જ્યારે પણ હેઝલ નો કોલ બીઝી આવતો તો મને મનોમન એવું લાગતું કે એ બીજા કોઈ જોડે પણ વાતો કરે છે. એક બે વખત તો એને મને સ્ક્રીનશોટ પણ મોકલી દીધા પણ હવે અમારા સંબંધ માં વિશ્વાસ ની બહુ જ ઉણપ જણાતી હતી. હેઝલ ઘણી વાર કહેતી કે ફ્રેન્ડ્સ જોડે બહાર જાવ તો ફોન નથી લાગતો. આ બધી નાની નાની બાબતો થી મને હેઝલ પર શક થવા લાગ્યો. પણ હજુ પણ મારો પ્રેમ એના વિશ્વાસ પર ટકેલો હતો.

મે હેઝલ ને લગ્ન માટે પૂછી લીધું પણ એણે કહ્યું કે અત્યારે મારા પેરેન્ટ્સ નથી માનતા અને મારી કોલેજ પણ પૂરી થાય ત્યાં સુધી મને લગ્ન ની ઇછા નથી. એની આવી આનાકાની થી ધીરે ધીરે અમારી વચ્ચે અંતર થવા લાગ્યું. હવે ક્યારેક ક્યારેક એવું બનતું કે હું જાણી જોઈને એના કોલ રિસીવ ના કરતો. અને એના મેસેજ નો જવાબ ના આપતો. આવું કરતાં મારુ કાળજું કંપી જતું પણ મને નહોતું સમજાતું કે શું કરવું જોઈએ. ધીરે ધીરે એ જ સમય માં હેઝલ બીજા કોઈ જોડે વાત કરતી હોય એવું મને આભાસ થવા લાગ્યો.

એક દીવસ મારી જ ઓફિસ નો મારો એક કલીગ ફોન માં કોઈ સાથે વાત કરી રહીઓ હતો. મારો શક હેઝલ ને લઈને એવો તે માનશીક થઇ ગયો કે મને લાગ્યુ આ પણ હેઝલ જોડે જ વાત કરે છે. બરોબર એજ સમયે મે હેઝલ ને કોલ કર્યો અને એનો ફોન બીઝી આવતો હતો. મારો શક હવે ચોકસાઇ માં બદલાઈ ગયો. હવે બસ મારે મારા કલીગ ના ફોન ને ચેક કરવાનો રહીઓ..

એક દીવસ મોકો જોઈને મે મારા કોલીગ ના ફોન માં હેઝલ ના નંબર જોઈ લીધા. મારા પગ નીચે થી જમીન સરકી ગઈ જ્યારે મે હેઝલ ના નંબર એના ફોન માં જોયા અને ખાતરી કરી લીધી કે એ બંને એક બીજા સાથે વાતો કરે છે. ઇન્સ્ટાગ્રામ માં પણ બંને એક બીજા સાથે ફ્રેન્ડ્સ હતા. મારુ હૃદય તૂટી ગયું અને જે વ્યક્તિ ને હું સૌથી વધારે પ્રેમ કરતો

હતો એના માટેજ મને સૌથી વધારે નફરત થઈ ગઈ. હું સમજી ગયો કે મારી લાગણીઓ સાથે ચેડા થયા છે. હું માનસિક રીતે તૂટી ગયો. મે એના કોલ્સ મેસેજ નો જવાબ દેવાનું બંધ કરી દીધું એટલે એણે પણ મને બધે થી બ્લોક કરીને કઈ પૂછ્યા વગર સંબંધ નો અંત લાવી દીધો.

અમારા સંબંધ ના અંત પછી મને ઘણા વિચારો આવ્યા કે મારે હેઝલ ને પ્રૂફ સાથે એ પ્રુવ કરવાની જરૂર હતી કે તે મારા ઓફિસ ના કોલીગ સાથે વાતો કરે છે અને હોય પણ શકે કે એ લોકો ને શારીરિક સંબંધ પણ હોય. પછી ક્યારેય એવું પણ થયું કે એ પોતાના નિર્ણયો જાતે લઈ શકે, મારી પ્રેમ માં ક્યાંક ઉણપ રહી હશે તો બીજે લાગણીઓ ની શોધ કરી હસે. આવા હજારો વિચારો સાથે અમારો તરબોળ પ્રેમ સબંધ છીનભિન થઈ ગયો. છ મહિના પછી મારા ઓફિસ ના કોલીગ સાથે જ્યારે મજાક માં મે હેઝલ વિષે પૂછયુ તો એના થી બોલાય ગયું કે અમે લોકો તો ટાયમપાસ કરતાં હતા. હવે હેઝલ સાથે મારે કોઇ ચોખવટ કરવાની જરૂર જ ના લાગી.

જ્યારે જીવન માં આવું કોઈ છોકરા કે છોકરી જોડે થઈ જાઈ તો એના પરિણામો ઘણા ખરાબ આવતા હોય છે. જ્યારે પણ વ્યક્તિ એક પ્રેમ માંથી ચિટ થાય તો એ બીજા પ્રેમ માં અચૂક ભરોસો ના રાખી શકે. કેહવાય છે ને કે દૂધ ના દાજયા છાસ પણ કુંકીને પીએ.

ઘણી વાર જે વ્યક્તિ એક થી વધારે લોકો સાથે એકજ સમયે સંબંધ બનાવે છે તો હોય શકે એ ખુદ ને અનહદ મૂર્ખ બનાવે છે. હેઝલ ને લાગ્યુ કે એ જે કઈ પણ કરે છે એ સાચું છે. મે એનો ભ્રમ એમજ રેહવા દીધો. હેઝલ અમારા બ્રેકઅપ માટે મને જવાબદાર ગણતી હતી. પણ જો એની ચીટિંગ ની વાત હું પ્રૂફ સાથે કહી દેત તો કદાચ એ પોતાની જ નજર માં પડી જાત. અને હું એવું નહતો ઈછતો કે હેઝલ પોતાનું સ્વમાન ગુમાવી બેસે કારણકે ખુદ ની નજર માં પડી જવાથી માણસ ને કેટલું નુકસાન થાય એ હું સારી પેઠે જાણતો હતો.

પ્રેમ માં કરેલા એના વાયદાઓ ના મેસેજ હજુ પણ મને યાદ આવે છે કે કેવા આંખો માં આંખો નાખીને કહે છે કે તમને છોડીને ક્યાંય નઇ જાય. પ્રેમ માં કરેલા વાઇદાઓ એ સમયે તો સાચા જ હોય છે. સમય સંજોગ સાથે વ્યક્તિઓ કદાચ બદલાય જાય છે. લગભગ એક વર્ષ પછી હેઝલ નો મેસેજ આવ્યો. એવું લાગ્યુ કે એની સાથે કઈ તો અણબનાવ બન્યો હશે. એને મેસેજ માં લખ્યું તું કે મને માફ કરી દેજો, જો મે ક્યારેય તમારું દિલ દૂભાવ્યું હોય તો અને મને કોઈ બદ્દુવા ના દેતા પ્લીસ. હેઝલ ને આપવા માટે મારા પાસે હમેસા આશીર્વાદ જ હતા. એટલે કોઈ પણ જાત ની બીજી કાઇ ચોખવટ વગર મે બ્લેસસિંગસ લખેલો મેસેજ કરી દીધો.

પછી થી કોઈ દીવસ હેઝલ સાથે વાત જ ના થઈ.

એક દીવસ સ્નેહા ના સ્ટેટ્સ માં જોયું તો હેઝલ ના લગ્ન નો ફોટો હતો એના થી ખબર પડી કે હેઝલ એ લગ્ન કરી લીધા છે. એ સમયે એના પ્રત્યે કોઈ ગુસ્સો તો વધ્યો જ નહોતો અને પ્રેમ પણ શાંત થઈ ગયો હતો. ઈશ્વર ની મરજી માનીને, મે જીવન માં મૂવ ઓન કરી લીધું. હું બેંગલોર આવી ગયો.. અને લાયફ ને ફરીથી જીવવા લાગ્યો. હવે કોઈ સાથે પ્રેમ થવો ખૂબ મુશ્કેલ હતો. કેહવાય ને કે એક વાત માં એક જ વાર છેતરામણી સારી લાગે.

પણ પ્રેમ ના તો હજારો રંગ છે. એ તો ગમે તેને થાય. ગમે ત્યારે થાય. અને ગમે એની સાથે થાય. એ નેચરલ પ્રોસેસ છે. એમ કૃત્રિમ રીતે તો કઈ ના થાય.

***

બસ આવા બધા વિચારો અને એક નાનકડા સ્મિત સાથે મારો સન્સેટ પૂરો થયો અને હું હોસ્ટેલ પર જતો રહીઓ. આ મુલાકાત પર થી હું શીખ્યો કે માણસ એટલો સક્ષમ હોવો જોઈએ કે જરૂર પડ્યે એ ખુદ ને માફ કરી શકે તો જ ભૂતકાળ માં લાગેલા ઝખ્મો માં રૂઝ આવી શકે.

5. આવુય થાય – (અમીશા નો ઉમંગ)

"હસ્તે ગાતે જહાં સે ગુઝર, દુનીયા કી તું પરવા ન કર, ઐસી બાતો સે કયા ગભરાના, યહાં કલ કયા હો કિસને જાના..."

હું ગીત ગાતો ગાતો રોડ ના કિનારે ચાલતો હતો. રાજસ્થાન જેસલમેર ના રણ તરફ ચાલતા જવામાં મને થોડું વધારે કથોરું લાગતું હતું ગરમી ના કારણે. પણ હું તો મારી મોજ માં જતો હતો.

જિંદગી એક સફર હે સુહાના. મારા ગીત ની અધૂરી કળી પૂરી કરતાં એક વ્યક્તિ નો પાછળ થી અવાજ આવ્યો. હું ફરીને જોઈ રહીઓ. એક યંગ એજ નો છોકરો ગીત ને પૂરું કરતો હતો. નવા જમાના છોકરાઓ ને પણ જૂના ગીતો હજુ ગમે છે. જાણી ને ખુસી થઈ એમ કહી મે એના તરફ દોસ્તી નો હાથ વધાર્યો..

"હાય.. મારુ નામ ઉમંગ છે." એને કીધું

"હેલ્લો.. મારુ નામ છે સંજય.. બાય ધ વે , સારું ગાઓ છો તમે ઉમંગ ભાઈ" હું બોલ્યો.

"અરે.. થેન્ક યૂ .. થેન્ક યૂ મિત્ર"

"સોલો આવેલા ? કે કોઈ ફ્રેન્ડસ જોડે ?"

"એકલા ભાઈ.. સોલો.." મે કીધુ.

આમ અમારા લોકો વચે પરિચય થયો. એક કોઈ ટુર એંડ ટ્રાવેલ કંપની માંથી ટેન્ટ માં રોકાયેલા. ઓડખાંણ થઈ પછી મે પણ એમની સાથે જોઇન કરી લીધું. રાતે અમે બધા રણ માં ટેન્ટ ની બહાર બેઠા. દસ થી પંદર લોકો અમે બધા ગીતો ની રમજટ બોલાવતા હતા અને અંતાક્ષરી રમતા હતા. થોડી વાર પછી બધાએ એક બીજાએ પોત પોતાની સ્ટોરી ઓ કહેવાનું ચાલુ કર્યું. ઉમંગ નો વારો આવ્યો તો એને કહ્યું કે મારી સ્ટોરી બહુ લાંબી હોય. તમે લોકો કંટાળી જાસો. જવા દયો.

"અરે ઉમંગભાઈ આપડી પાસે સવાર સુધી નો ટાયમ છે, તમ તમારે બોલો સ્ટોરી, ભાઈ."

એવું મે કીધું અને બધા લોકોઓ બહુ તાણ કરી એટલે એને સ્ટોરી કહેવાનું ચાલુ કર્યું.

તો મિત્રો તમને હવે મારુ નામ તો ખબર પડી જ ગઈ છે. છતા કોઈને ના ખ્યાલ હોય તો કહી દવ. મારુ નામ ઉમંગ છે. હું એક આઈટી કંપની અમદાવાદ માં જોબ કરું છું. અને આજે મારે તમને જે સ્ટોરી કહેવી છે એ જેસલમેર સૂકાંમ આવ્યો એના પર જ છે.

હું મારુ બી.સી.એ. કમ્પ્લીટ કરી ને સદનસીબે સીધો આઈટી માં નોકરી એ લાગી ગયો. મારુ સેલેક્સન કેમ્પસ માંથી જ થઈ ગયેલું. લગભગ બે વર્ષ તો નોર્મલ જ ચાલ્યું. પછી એક દીવસ જ્યારે સવારે હું ઑફિસ આવ્યો તો થોડી ભીડ હતી. મે મારા કોલીગ ને પૂછ્યું કે આજે આટલી ભીડ કેમ છે? એટલે એને મને જણાવ્યું કે આજે ભરતી માટે ઇન્ટરવીયુ ચાલે છે. મે કઈ ખાસ ધ્યાન ના આપ્યું અને હું મારુ કામ કરવા લાગ્યો. થોડી વાર પછી અચાનક મારી ડેસ્ક પાસે એક છોકરી આવી. અને મને પૂછયુ.

"હાય.. આ ઇન્ટરવ્યૂ કયા ચાલે છે મને કહેસો..?"

હું થોડી વાર સુધી એ છોકરી ને બસ જોઈ રહીઓ , કારણ કે એ બહુ જ સુંદર હતી. એના પ્રોફેસનલ લુક સાથે માથા પર બિંદી. આવું કોમ્બીનેસન મે પહેલી વાર જોયેલું. એક હાથ માં ફાઇલ, ખુલ્લા વાળ, માથે બિંદી, ગોરો રંગ, ચેહરા પર સુંદર સ્મિત અને આંખો માં કોનફિડેન્સ.

"તમને પૂછું છું.. આ ઇન્ટરવ્યૂ કયા ચાલે છે. ?" એ છોકરી એ હાથ મારી આંખો ની સામે ફેરવતા પૂછ્યું.

"ઓહ.. હા.. સો સો સોરી.. એ સામે ની કેબીન માં છે." મે કીધું.

"ઓકે, થેન્ક યૂ" આટલું કહી ને એ જતી રહી.

હા. તો જતી રહેને. મારા માટે રોકાઈ થોડી. હું ખુદ મન માં જ બબડ્યો. મનેતો પેહલી નજર નો પ્રેમ થઈ ગયો. જાણે એને જોઈને સ્તબધ થઈ ગયો. મને પેહલી નજર નો પ્રેમ થઈ ગયો. હું મન માં ને મન માં વિચારવા લાગ્યો કે આનું સિલેકક્સન તો થઈ જ જસે. અને થઇ જાય તો મને પણ ખુસી થાસે કારણ કે પછી હું આને રોજ જોઈ શકિસ. કેટલી સ્માર્ટ અને સુંદર દેખાય છે. વાહ. હું મન માં ને મન માં આવા વિચારો કરી રહીઓ. જનરલી એવું હોય ને કે પ્રેમ માં લૉજિક ભરેલા વિચારો ઓછા આવે.. મારી સાથે પણ કઈક આવું જ થઈ રહ્યું હતું. મન માં વાજિંત્રો વાગતા હતા અને લાગણીઓ અને આશાઓ ના સરોવર માં હું ડૂબી રહીઓ હતો.

કુદરત ની મહેરબાની કહો કે સારા સમય નો અહેવાલ, એ છોકરી નું સેલેક્સન થઈ ગયુ અને એની જોબ મારી સાથે કંપની માં ચાલુ થઈ. મારા હરખ નો પાર નહોતો એ

સાંભળીને કે મારી જ ટીમ માં એ વર્ક કરસે. ફોરેન ના કસ્ટમર સાથે ઇ-મેઇલ માં કોર્ડીનેસન અને સેલ્સ રેપોર્ટ્સ માટે એને આસિસ્ટન્ટ ની પોસ્ટ મળી.

મારુ નામ ઉમંગ છે પણ સાચે જીવન માં એ નામ નો અર્થ આજ થી શરૂ થયો. હું રોજ ની જેમ ઓફિસ આવી ને મારા ડેસ્ક પર બેસી કામ કરવા લાગ્યો અને ચારો તરફ જોઈ રહીઓ. મારી નજરો એને જ શોધી રહી હતી. એ આવી અને આજે ફરી મને એને આશ્ચર્ય માં મૂકી દીધો. એનું સિમ્પલ ક્લોથિંગ મને ફરી પાછું આકર્ષિત કરીને મંત્ર મુગ્ધ કરી ગયું.

"હાય.. મારુ નામ અમીશા છે.. આ લ્યો હું ચોકલેટ લાવી છું.. આજે મારો ફર્સ્ટ ડે છે ઓફિસ માં.." એને કહ્યું.

"ઓહ.. થેન્ક યૂ.. અને કોંગરેચૂલેસંસ. મારુ નામ ઉમંગ છે.." મે કહ્યું.

"ઓહ . વાવ.. મસ્ત નામ છે તમારૂં તો.." અમીશા એ કહ્યું.

"થેન્ક યૂ.. તમારું નામ પણ ખૂબ સુંદર છે.. અને તમે પણ.." મે અચકાતા કહ્યું.

એને મને થેન્ક યૂ કીધું અને પછી બહુ વાત કરવું મને હિતાવહ ના લાગ્યુ કેમ કે બધા અમારી બંને સામે જ જોઈ રહ્યા હતા. અમારી વચે થયેલો પરિચય વખતે એની આંખો માં એક એક્સાઈટમેન્ટ હતું, જીવન ને લઈને એની જોબ ને લઈને અને ખૂબ એમબીસીયસ છોકરી હતી. જોકે હું તો પ્રથમ દીવસ થી જ એના પર મોહી ગયેલો. પણ આજે એની સાથે વાત કરી એની પોલાઇટનેસ જોઈને વધુ આકર્ષણ થયું.

હવે રોજ એને જોવા માટે હું જલ્દી ઓફિસ આવી જાતો. જાણે મને એ બોરિંગ ઓફિસ બહુ ગમવા લાગી અને પ્રેરણા મળી ગઈ જલ્દી જવા માટે. અમારા વચ્ચે હવે રોજ કોઈ ને કોઈ બાબતે વાતો થવા લાગી. હું જ્યારે પણ સવારે આવું એટલે એને જોઈને ગુડ મોર્નિંગ કહેતો અને એના ચેહરા પર આવેલા સુંદર સ્મિત સાથે એ પણ મને ગુડ મોર્નિંગ વીશ કરતી. અમીશા ખૂબ સરળ સુંદર અને પ્રેક્ટિકલ છોકરી તો હતી જ પણ સાથે સાથે લાગણીઓ ની પણ એને સારી ઓળખ હતી, એવું હું એને અત્યાર સુધી સમજી શક્યો હતો પણ ઘણીવાર હોય શકે એ આપડે લોકો ને ઓડખવા માં ભૂલ પણ કરી શકી.

હવે લગભગ ત્રણ મહિના જેવો સમય થઈ ગયો અને મારે અમીશા ને કેહવું હતું કે હું એને પસંદ કરું છું. પણ મારી હિંમત નહોતી થતી કારણકે અમીશા ખૂબ રૂપાળી અને સુંદર હતી અને હું એક એવરેજ લૂકિંગ છોકરો. શ્યામ વર્ણો. અમીશા રોજ બપોરે ઘરે જમવા જતી અને હું રોજ ઓફિસ ટિફિન લઈને આવતો. અમારી ઓફિસ ની બાજુમાં માં શંભુ કાકા નું એક નાનકડું કેફે હતું હું ત્યાં જ રોજ જમવા બેસતો. શંભુ કાકા આપડા મિત્ર હતા. એક દીવસ મે અમીશા ને પણ મારી સાથે જમવા માટે પૂછ્યું અને એ પણ ટિફિન લઈને જમવા આવી. હવે અવાર નવાર એ પણ ટિફિન લાવતી એટલે અમે લોકો સાથે જમતા. મારે અમીશા ને રૂબરૂ કહેવું થોડું મુશ્કિલ લાગ્યુ એટલે મે એક પત્ર માં લખી લીધું અને એક દીવસ કેફે માં જમ્યા પછી એ પત્ર મે અમીશા ને આપી દીધો.

"ઓહો વાહ .. શું વાત છે ઉમંગ ભાઈ ની લવ સ્ટોરી ચાલી હો.. અરે એમાં શું લખ્યું તું એ તો કહો ઉમંગભાઈ?"

"હા મારા પાસે એ પત્ર નો ફોટો છે.. જુવો કહું એમાં શું લખ્યું તું.."

બધા એક્સાઇટ થઈને સાંભળવા લાગ્યા. એ પત્ર માં આવું લખેલું.

ડિયર અમીશા . .

તમે એક ખૂબ સુંદર અને પ્રેમાળ વ્યક્તિ છો. તમારી આસપાસ બધા લોકો ખુસ રહે છે.. મને નથી ખબર કે તમને મારા આ શબ્દો ગમસે કે નહીં, કે તમારું શું રીએક્સન હસે. મને માફ કરસો જો તમને આમાંથી કોઈ વાત ના ગમે.

ઓફિસ માં તમારા વગર નો દીવસ ખાલીપા જેવો નિરરસ હોય છે, તમે જે દિવસે ઓફિસ ના આવો ત્યારે તમારી યાદ આવે છે અને તમારી ખામી વર્તાય છે મને. તમારા સ્મિત વગર મારો દીવસ અધૂરો લાગે છે. જો હવે હું તમને નહીં કહું કે મને શું ફિલ થાય છે

તો મને અફસોસ રહી જશે કે મે મારી લાગણીઓ તમને ના કહી.. જ્યારે સવારે રોજ આપડે એક બીજા ને ગુડ મોર્નિંગ કહીએ ત્યારે તમારા ચેહરા આવતી મોટી એવી સ્માઇલ મારા આખા દીવસ ની સૌથી ફેવરેટ મોમેન્ટ હોય છે. તમારા જીવન ને લઈને તમારા ઘણા સપના ઓ હશે. મને બહુ બધી તો અપેક્ષાઓ નથી પણ આ લાગણીઓ તમારી સાથે શેર કરવી છે. તમારી સાદગી અને તમારું વ્યક્તિત્વ મને ખૂબ આકર્ષિત લાગે છે, ગમે છે. જ્યારે તમારા થી દૂર હોવ તો બહુ બધા ખ્યાલો હોય છે, વાતો હોય છે કહેવા માટે, પણ જ્યારે પણ તમારી સામે હોવ તો બોલતી બંધ થઈ જાય છે.

મને ખબર નથી પણ કઈક તો ખાશ છે આપડી વચે, અથવા મારો લગાવ હોય શકે છે તમારા પ્રત્યે. મારૂ હૃદય જોર જોર થી ધડક્વા લાગે છે જ્યારે પણ તમને જોવ છું. મને નથી ખબર કોઈ મારા પ્રેમ માં પણ પડી શકે કે નહીં પણ એટલું ચોકસ કહેવા માંગીસ કે કોઈ મારા પ્રેમ માં પડે એના કરતાં એ જીવન માં આગળ ઉઠે અને પ્રોગ્રેસ કરે.

ખરેખર તો આપડા આ સંબંધ ને નામ આપી એની સીમાઓ નક્કી નથી કરવા માંગતો. હું આમ તો સેલ્ફ મોટિવેટેડ વ્યક્તિ છું પણ જ્યાર થી તમને જોયા છે મને કોઈ ને કોઈ પ્રેરણા ની અપેક્ષા તમારા માંથી હોય છે. આજ સુધી લાગતું હતુ કે જીવન તો એકલું પણ જીવી શકાય, પણ ગઈ કાલે જ્યારે મારી તબીયત ઠીક નહોતી અને લાગણીઓ ની ઉણપ લાગી તો તમને મેસેજ કરવાનું મન થયું, અને થયું કે તમે મને કહો કે હું સાજો થઈ જાઈસ અને બધુ ઠીક થઈ જસે, એવી મને અપેક્ષા થઈ. પણ મે મારી લાગણીઓ ને રોકી રાખી એ સમયે.. ખરેખર તો ઘણી વાર મારી લાગણીઓ ને ખૂબ કાબૂ મા રાખી શકું છું એવું મને લાગે છે. એની પાછડ કદાચ એવું કારણ હશે, કે જેથી લોકો ને મારી આસપાસ સેફ લાગે એનું હું ચોકસ ધ્યાન રાખું છું. કોઇને ક્યારેય એવું નથી લાગવા દીધું કે મારા લીધે એમની લાગણીઓ દૂભાય. તમને જોયા પછી, કલાકો લાગે છે મને પાછું નોર્મલ થતાં. કેમ કે જ્યારે પણ તમને જોવ તો એવું લાગે કે તમે મારા પર કઈક તો જાદૂ કર્યો છે. અને સાચું કહું તો મને પણ એ જાદુય ફિલિંગ હવે ગમવા લાગી છે.

ઘર, કેરિયર, પાર્ટનર ને લઈને બધાના સપનાઓ હોય છે. તમારા પણ હશે. હું ઈશ્વર ને પ્રાથના કરતાં એ શુભાશિષ માંગુ છું કે તમારા બધા સપનાઓ પૂરા થાય. તમારા હૃદય માં અને જીવન માં મારુ શું સ્થાન છે મને નથી ખબર, પણ મારા હૃદય માં તમારા માંટે ખૂબ સ્નેહ અને આદર ભરેલી પ્લેસ છે. જો તમને અનુકૂળ લાગે તો આ પત્ર નો જવાબ આપજો જેથી મને ખ્યાલ આવે કે લોકો સાથે નો મારો લાગણીઓ નો આ વ્યવહાર કેવો છે.

જીવન સાથે નો ઉમંગ. --------------------

મારો પત્ર વાંચીને ઓલમોસ્ટ અમીશા ના આંખ માં આંશુ આવી ગયા હતા. અમે બંને ક્ષણભર એક બીજાની સામે આંખો માં આંખો પરોવી જોઈ રહ્યા. મારા પ્રત્યે ની લાગણીઓ અમીશા ની આંખો માં ચોખી દેખાય આવી. પણ એ લાગણીઓ ને ચોકસ શું સંબંધ નું નામ આપવું એ મને ખ્યાલ ના આવ્યો. મારા મત મુજબ મને પ્રેમ જ દેખાય પણ એના મન માં શું હતું એ જાણવું મને મુશ્કેલ લાગ્યુ.

અમે ઓફિસ ના બધા લોકો એક વાર પિકનિક માં અમદાવાદ થી બહાર રિસોર્ટ પર ગયા. સ્વિમિંગ પુલ માં નહાવા ટાયમ પર મારા પેટ પાસે ટાંકા ના નિસાન જોયા એટલે અમીશા એ મને પૂછ્યું કે આ શું છે.. ત્યારે મે એને કીધું કે નાનપણ માં મને એક બીમારી હતી અને ગરમ દવા ના કારણે મારી કિડની પર અસર થઈ હતી. અમુક વર્ષ પેહલા મારી કિડની બદલાવેલી છે. જે મને એક ડોનર સોહમ પાસે થી મળી તી. એને પણ ત્યારે મને એના ખભા પર ઇનફિનિટી નું ટેટ્ટ બતાવ્યું અને કીધું કે નાનપણ માં એ જ્યારે પડી ગયેલી તો એ નિશાન ના દેખાય એના માટે આ ટેટ્ટ બનવડાવ્યું છે. અમને બંને ને આ રીતે વાતો કરતાં જોઈને ઓફિસ ના લોકો ને એક હોટ ટૉપિક ગોસિપ મળી ગઈ હતી. હું ધીરે ધીરે કરતાં અમીશા ના પ્રેમ માં ક્યારે પડી ગયો કઈ ખબર જ ના પડી. હવે બીજા કોઈ એની સાથે વાતો કરતાં તો મને ના ગમતું અને મને જેલસ્સી થતી. હું ક્યારે ક્યારે એને પૂછી લેતો કે બીજા એમની સાથે શું વાત કરે છે. આ વાત એને ના ગમી અને અમારે ઝગડો થયો.

"તમને છેને છોકરી ને સમજતા જ નથી આવડતું.. મારી લાયફ માં હું ગમે એમ કરૂં તમારે શું?" અમીશા એ ગુસ્સા થી કહ્યું.

આ સાંભળીને ને મને ખૂબ ખોટું લાગ્યું પણ મને ગિલટી લાગતું હતું કે હું એને સમજી નથી શકતો અને મને ખ્યાલ ના રહીઓ કે ક્યારે એની પર્સનલ સ્પેસ માં ગયો જેનાથી એને ઇરિટેટ થવા લાગ્યુ. એના પછી મે એને પત્ર લખ્યો અને મારા સ્વભાવ અને વ્યવહાર બદલ માફી માંગી. હું તે દિવસે રડ્યો. બે દીવસ સુધી અમારી વચ્ચે વાત ના થઈ.

થોડા દીવસ પછી બધુ ઠીક થઈ ગયું. હવે અમારી વચ્ચે ગુડ મોર્નિંગ વારો વ્યવહાર ફરીથી સરુ થયો. હું આ વખતે ખૂબ તકેદારી રાખતો હતો કે એને કાઇ એવું ના પૂછું કે મારા વર્તન થી એને કોઈ વાત નું ખોટું લાગે. વિમન્સ ડે પર મે એના માટે એક વોચ ની ગિફ્ટ આપી અને એક લેટર લખ્યો. જેમાં મે એના સાહસ, જીવન ના સંઘર્ષ ની સાબાસી આપતા કહ્યું કે એ ખૂબ વિશેષ છે. એના પરિવાર અને જ્ઞાતિ મા પણ એનું ખૂબ નામ છે એના માટે હું એને સેલ્યુટ કરૂં છું.

થોડા જ દિવસો માં એનો બર્થડે હતો ત્યારે હું મુંબઈ થી એના માટે હાથ માં પહેરવાના બેંગલ્સ અને એક બટરફ્લાય ડ્રોઈંગ વારો મેકઅપ મિરર લાવ્યો તો. સવાર ના એના માટે ગુલાબ નું ફૂલ લાવ્યો અને બર્થડે વીસ કર્યું. તે દિવસે મે ઓફિસ ના બીજા કલીગસ ની મદદ લઈને ઓફિસ માં બલૂનસ લગાવ્યા ને કેક કાપી સેલિબ્રેટ કર્યું. એને ખુશ જોઈને હું ખૂબ ખુસ થયો. તે દીવસે અમે અને બીજા બે ઓફિસ ના મિત્રો સાથે બહાર ગયા અને કેફે માં પાર્ટી કરી. એ આખા દીવસ દરમિયાન એને પહરેલા કપડાં થી લઈને આખા દીવસ માં થયેલી વાતો ને મે એક પત્ર ના સ્વરૂપે લખીને એને સાંજે જતી વખતે ભેટ આપી. એ વાંચી ને ખૂબ ખુસ થઈ.

હું જ્યારે પણ અમીશા સાથે વાતો કરતો તો મારા ચેહરા ના સ્મિત અને મારી આંખો ની ચમક પર થી ઘણા લોકો ને જાણ થવા લાગી કે હું અમીશા ને પ્રેમ કરું છું. અમીશા વગર હવે મને કઈ ગમતું જ નહોતું. એક દીવસ જ્યારે અમે બંને બપોરે જમવા બેઠા ત્યારે મે વાત કરી એની સાથે.

"અમીશા .. હું ઘણા સમય થયા તને એક વાત કહેવા માંગુ છું. પણ જીભ નથી ઊપડતી."

"તમે ચિંતા ના કરો.. ખોટી ઇનસિક્યોરિટી મૂકીને કહો." અમીશા એ હળવે થી મને સમજાવતા કહ્યું.

"અમીશા .. થોડા વર્ષ પેહલા મારી સગાય થઈ હતી અને એ તૂટી ગઈ છે. કારણ કે એ છોકરી ને બીજું કોઈ વ્યક્તિ પસંદ હતું." મે થોડું અચકાય ને કીધું.

"અચ્છા.. હું સમજી શકું .. મારી લાઈફ માં પણ એવું થયું હતું.. મને જો છોકરો પસંદ છે એ બીજા કોઈને પસંદ કરે છે, ઇટ્સ નોર્મલ.. ડોન્ટ વરી.." અમીશા એ એકદમ સાફ અને શાંતિ થી આ વાત સમજી અને મને સમજાવી.

"અમીશા , આપડે બંને એક બીજાને ઘણા સમય થી ઓડખીએ છે.. તું મને ગમે છે.." મે હળવે થી કહ્યું.

"મને સમજાનું નહીં.. તમે શું કેહવા માંગો છો.."

"આઈ લવ યૂ અમીશા .. હું તને પ્રેમ કરૂં છું.." મે એની આંખો માં આંખો નાખી ને કહ્યું.

"હમ્મ , થેન્ક યૂ.." અમીશા એ આજુબાજુ જોતાં કહ્યું.

મારા પ્રેમ ને એને સ્વીકાર ન કર્યો એ મને સમજાય ગયું પણ મને થયું કે કદાચ એ શરમાતી હશે એટલે એને આવો જવાબ આપ્યો. મને ના સમજાયું કે એના મન માં મારા પ્રત્યે પ્રેમ વારી લાગણીઓ ના પણ હોય.. એ જ દિવસે મે એને રાત્રે ટેક્સ્ટ મેસેજ કરીને એને લખ્યું કે હું એને પ્રેમ કરું છું અને બધુ સમજાવ્યું.. હું પછી સૂઈ ગયો પણ રાત્રે અઢી વાગે એનો "આઈ લવ યૂ ટુ " નો મેસેજ આવ્યો જે મે સવારે જોયો.. સવારે મારી ખુસી નો કોઈ પાર નહોતો. હું સવારે તૈયાર થઈને ઓફિસ જવા વહેલો નીકળી ગયો અને એના માટે ચોકલેટ્સ લેતો ગયો. મે ને ચોકલેટ્સ આપી. પછી એને મને કીધું કે એને થોડો વિચારવા માટે સમય જોઈએ છે.

મે અમીશા નું નિક નેમ રાખ્યું , ચીકૂ. એ નામ એને ખૂબ પસંદ આવ્યું. હવે હું અવારનવાર મેસેજ કરું કે ફોન હું એને ચીકૂ જ કેહતો. એક દીવસ અમારે બંને ને વાત થાય.

"સાંભળો ને હું આજે બપોરે જમવા ઘરે જવાની છું તો તમે મારી રાહ ના જોતાં" અમીશા એ કીધું.

"કોઈ વાંધો નઇ ચીકૂ"

"આજે બપોરે મને છોકરો જોવા આવે છે.. મારા એક રિલેટિવ મારુ માંગુ લઈને આવ્યા છે તો." અમીશા એ કીધું.

"હેં? શું કહે છે તું અમીશા .. તું લગ્ન કરે છે બીજા કોઈ જોડે?" મે આશ્ચર્ય સાથે પૂછ્યું..

"ના! હજી લગ્ન નથી કરતી. ફક્ત મને જોવા આવે છે. એટલે આટલું તમે ઓવર રીએકટ ના કરો, શાંત રહો.."

"પણ, આપડું શું પછી ? અને મને કાઇ સમજાતું નથી, આ બધુ અચાનક? કેમ ?" હું દુખી સ્વર માં બોલી ઉઠ્યો.

"જોવો.. તમે શાંત થઈ જાવ.. હું ક્યાંય નથી જાતી. અહિયાં જ છું તમારી પાસે.." અમીશા એ મારા હાથ પર હાથ મૂકતાં કહીયુ.

"સારું.. મને તારા પર ભરોસો છે.. બસ મારુ દિલ ના તૂટે અમીશા ."

"હું તમારી લાગણીઓ ની કદર કરું છું.. તમારું ધ્યાન રાખજો. આપડે કાલે મળીએ.."

બસ આટલું કહીને અમીશા જતી રહી. એના શબ્દો પર મને ભરોસો હતો પણ અમીશા ને ખોવાનો ડર મને અંદર થી કોરી ખાઈ રહીઓ હતો. મને બહુ અજીબ લાગતું હતું એ બધુ.

બીજે દિવસે અમીશા ઓફિસ આવી ત્યારે એને મને કીધું કે એ લગ્ન માટે એને ના પાડી દીધી છે. હું ખૂબ ખુસ થયો કે અમીશા ને હું પસંદ છું એટલે એને ના પાડી. પણ હકીકત કઈ બીજી હતી. હવે મને થયું કે જાજો સમય નિકળસે તો કદાચ અમીશા ને હૂ ખોઈ બેસિસ. મારો બર્થડે આવ્યો અને અમે લોકો બાહર એક રેસ્ટોરેન્ટ માં જમવા ગયા. અમે બંને એ નકી કર્યું કે એક બીજા માટે ફૂડ ઓર્ડર કરસું. પછી એક બીજાનું મનપસંદ નું ડિનર કરી અમે લોકો એક વોક કરતાં નીકળ્યા..

"સો માય ડિયર ચીફ઼ . મારી ગિફ્ટ કયા છે ?"

"આપડે ઘરે જવા નિકળીએ ત્યારે આપીસ.. સરપ્રાઇસ છે તમારા માટે."

"અરે વાહ.. એક્સાઇટિંગ."

અમારી વાતો પર થી મને લાગ્યુ કે આજે સારો મોકો છે તો હું અમીશા ને લગ્ન માટે પ્રપોસ કરી દવ. થોડે સુધી વોક કરીને અમે લેક ના એક સ્ટ્રીટ લેમ્પ પાસે ઊભા રહ્યા અને ત્યાં સોફટી અને આઇસક્રીમ ખાઈ ને બેઠા રહ્યા.

"અમીશા .. મારૂ જીવન આજ સુધી તારા વગર અધૂરૂં જ હતું.. તે આજ સુધી મારો સાથ આપીને મારૂ જીવન ખૂબ સુંદર બનાવ્યૂ છે, એના માટે હું તારો ખૂબ ખૂબ આભારી છું. મને તું ખૂબ ગમે છે. અમીશા , વિલ યૂ મેરી મી ?" મે કીધું.

"અમ્મ .. સોરી. બટ.. ના.. હું તમારી સાથે લગ્ન નહીં કરી શકું"

"પણ કેમ, તને શું વાંધો છે ?" મે થોડું અકડાય ને પૂછ્યું.

"જુઓ.. મારે હજી લાયફ઼ માં મોટા સપનાઓ છે. મને ફ઼ોરેન કન્ટ્રી માં જવું છે અને હજુ સ્ટડી કરવું છે. તો અત્યારે મને આવો કોઈ વિચાર નથી.. સોરી.."

અમે ત્યાંથી પછી ઘરે જવા નીકળી ગયા અને અમીશા એ મને ગિફ્ટ આપી. જેમાં વોચ હતી. અમીશા એ મને ગિફ્ટ માં વોચ તો આપી પણ લાગ્યું કે મારો સારો સમય એને મારી પાસે થી છીનવી લીધો. હવે હું ઓફિસ પર આવતો ત્યારે એના ચેહરા પર મારા માટે એવું સ્મિત નહોતું. અમીશા ના વર્તન માં હવે દિવસે ને દિવસે બહુ જ બદલાવ આવવા લાગ્યા. મને આભાસ હતો કે એ મારા થી દૂર થતી જાય છે. જ્યારે પણ આપડા મન ગમતા વ્યક્તિ માં બદલાવ થાય તો એની અસર એમના સૌથી નજીક ના લોકો પર થાય.

એક દીવસ જ્યારે અમીશા લંચ પર થી પાછી ઓફિસ પર આવી ત્યારે એના ગળા પર કોઈ નિશાન દેખાયું. મે એને પૂછ્યું કે આ અચાનક ગળા પર શું થઈ ગયું. અમીશા એ કહ્યું કે ત્યાં ખંજવાળ્યું એમાં થોડું નિશાન થઈ ગયું છે બીજું કઈ નથી. આ વખતે મારી ગટ ફિલિંગ્સ હતી કે કઈ તો વાત અલગ છે.. મને અમીશા ની વાતો પર હવે થોડું થોડું ડાઉટ થવા લાગ્યો. મે આ વાત ની સલાહ મારા એક મિત્ર પાસે લીધી તો એને કીધું કે એવા નિશાન તો જનરલી લવ બાઇટ્સ ના થતાં હોય. મને સાચે ત્યારે કઈ જ ખબર નહોતી કે એનો મતલબ શું થાય. હું એ વસ્તુ માં બહુ પાછળ હતો એવું મને લાગ્યું. અને આમેય મારુ જીવન એક દમ સિમ્પલ હતુ.

અમીશા ઓફિસ થી રોજ વહેલી જ નીકળી જતી. એક દીવસ હું જરૂરી કામ થી એ નીકળી એની પાછળ જ ઓફિસ થી નીકળ્યો. મે જોયું કે થોડે દૂર જઈ એ ફોન માં કોઈ સાથે વાત કરે છે. મે ખાસ ધ્યાન ના આપ્યું અને નીકળી ગયો, હું ઘરે પહોંચતો હતો તો યાદ આવ્યું કે હું એક જરૂરી ફાયલ મેઇલ કરતાં ભૂલી ગયો તો એના માટે હું ઓફિસ પાછો આવ્યો. એ વાત ને અડધી કલાક જેવો સમય થયો પણ અમીશા હજી સુધી રસ્તા માં ઊભા ઊભા કોઈ જોડે ફોન માં વાતો કરતી હતી. હું ગયો તો એને ફોન રાખી દીધો અને મને કહ્યું કે એની ફ્રેન્ડ નો ફોન હતો એમ કહી ને તે નીકળી ગઈ.

મને હવે આ બધુ ખૂબ જ ખૂંચવા લાગ્યું અને મારા વિચારો મને વારે વારે અમીશા પર શક કરવા માટે મજબૂર કરી રહ્યા હતા. ઓફિસ માં હું એની બાજુમાં બેઠો હતો ત્યારે મને એમ થયું કે એનો ફોન ચેક કરી લવ, પણ મને એ વાત વ્યાજબી ના લાગી એટલે મે એનો ફોન ચેક ના કર્યો. થયું કે સીધું જ એને પૂછી લઇસ.

"અમીશા , તું બીજા કોઈ જોડે વાત કરે છે ? તને કોઈ પસંદ છે ?"

"ના એવું કઈ તો નથી. પણ તમે મારી ફ્રીડમ માં આવી રીતે જજ ના કરો મને. તમારી આવી દખલઅંદાજી મને ગમતી નથી.. મને મારો પરિવાર પણ નથી પૂછતો આવું બધુ.. તમે મને શાંતિ થી રહેવા દો.." અમીશા એ કર્કસ રીતે કહ્યું.

એના આ જવાબ થી હું ભાંગી પડ્યો. અને મને સમજાય ગયું કે જે ઘર વસાવા ના સપનાઓ હું જોવ છું એ ક્યારેય પૂરા નહીં થાય. અમીશા ની આ વાતો વર્તન અને જવાબ થી એક વાત તો સાફ થઈ ગઈ કે એની મારી સાથે સંબંધ તો હવે નથી જ રાખવો. હવે મને એવું થવા લાગ્યુ કે કોઈ બીજુ વ્યક્તિ તો એના જીવન માં આવ્યું છે, જે એને મારા થી પણ વધારે ચાહે છે. મે એ દિવસે એને લેટર લખ્યો.. એમ લખ્યું કે અમીશા હું ભાંગી પડ્યો છું, પણ માફી ચાહું છું કે મે તને દુખ પહોંચાડ્યું. તું દિવસે ને દિવસે મારા થી દૂર જાય

છે, એ મને દેખાય છે પણ પ્લીજ તું મને આમ છોડીને દૂર ના જા. મારી લાગણીઓ અને તારા માટે નો પ્રેમ આમ તરછોડી ને દૂર ના થા. એવી વિનંતી સાથે મે એને મનાવાની છેલ્લી કોશીસ કરી. મે મારી જાત ને આટલી લાચાર ક્યારેય નહોતી બનાવી. પ્રેમ ક્યારેક પરીક્ષા કરે ત્યારે વ્યક્તિ પોતાનું આત્મસમાંન પણ ઓળંગી નાખે છે.

મે આ વાત મારા મિત્ર કૈલાસ ને કરી.. એને કીધું કે તને જો ડાઉટ હોય તો હવે તું તારી રીતે તપાસ કરી લે જો એને કોઈ બીજું પસંદ હોય તો પછી તું એને છોડી દે કેમ કે પરાણે પ્રીત ના થાય. મને કઈ સમજાતું નહોતું. એક દીવસ હું વહેલો ઓફિસ થી નીકળી ને રાહ જોઈ રહીઓ અને એની પાછળ પાછળ જઈ રહ્યો. એ ઘરે જવાને બદલે એક કેફે માં રોકાઈ. મને ખૂબ આશ્ચર્ય થયું. હું થોડે દૂર જઈને બહાર થી જોઈ રહીઓ. પછી જે થયું એ મારા માટે જીવન માં ખૂબ દુખદાઈ ક્ષણ હતું. હું જોઈ રહીઓ કે મારી જ બીજી બ્રાન્ચ ઓફિસ વારો છોકરો અને અમીશા એક બીજાને હગ કરીને બેઠા હતા. આ દૃશ્ય જોઈને મને ખૂબ ગુસ્સો આવ્યો અને ખુદ ઉપર દયા આવવા લાગી કે મે આવી વ્યક્તિ ને પ્રેમ કર્યો. અને આવું બધુ તો કયાર થી ચાલતું હશે એવા હજારો પ્રશ્નો અને તૂટેલું હૃદય અને છીનભિન થયેલો વિશ્વાસ મન માં રાખીને હું જતો રહયો.

હું મારા મિત્ર પાસે જઈને રડી રહ્યો.

"ભાઈ.. કૈલાશ.. અમીશા તો બીજા કોઈ છોકરા જોડે છે.." મે રડતાં રડતાં એને કહ્યું.

"જો ઉમંગ.. જીવન માં ક્યારેય તો આપડી સાથે કોઈ ને કોઈ દગો કરતું જ રહે છે.. તારી સાથે આ પેહલી વાર થયું છે અને તું બવ ભોળો છે ભાઈ.. રડ નઇ.. બધુ ઠીક થઇ જાસે." મને શાંત રાખતા કૈલાસ એ કહ્યું.

"પણ ભાઈ.. હું એને બહુ જ પ્રેમ કરું છું.. મને એના વગર જીવન નથી દેખાતું.. હું શું કરીસ જીવન માં ???" હું વધુ ધ્રુસકે ધ્રુસકે રડવા લાગ્યો.

મારુ હૈયા ફાટ રુદન જોઈને કૈલાસ સે મારા આંશુ લૂછી ને મને સમજાવ્યો કે ભાઈ દુનિયા માં આવું બધુ તો થતું રેહતું હોય એટલે જેટલી જલ્દી તું એ સ્વીકાર કરી લઇસ એટલું જલ્દી સરવાઇવ કરું તારા માટે ઇઝી રહેશે. હું છુ ને તારી સાથે.. તારો પરિવાર છે.. અમે બધા છીએ તારી સાથે. એક વ્યક્તિ મૂકીને જાય છે તો જવા દે એને. અને મને પણ ખબર હતી કે ઇ બીજા ને જઈને મળે છે પણ તારું દિલ ના તૂટે એના માટે મે તને એ વાત જ ના કરી. કારણ કે તું પ્રેમ માં એટલો ડૂબેલો હતો કે જો હું તને કેત, તો તને મારી વાત નો કદાચ વિશ્વાસ ના આવાત.

બીજે દિવસે અમીશા ની આંખો માં મે જોઈ લીધું કે એને પણ મને દૂર થી જોઈ લીધો હતો કેફે ની બહાર, તો હવે એને પણ ખબર જ હતી . હવે કી પણ કન્ફર્મ કર્યા વગર અમારા બને વચે એવી સમજણ હતી કે આ સંબંધ અહિયાં પૂરો થયો છે. અને પછી એ બધી વાતો યાદ આવી કે બપોરે જમીને જ્યારે એ પાછી ઑફિસ આવતી ત્યારે એના ગળા પર કોના નિશાન હતા. એ જ્યારે ઓફિસ થી વહેલા નીકળી જાતી ત્યારે એ બીજાને મળવા જાતી. આ બધી વાતો મને શાંતિ થી જીવવા નહોતી દેતી. એટલે મે અંતે જોબ છોડી દીધી. જોબ છોડ્યા ના છ મહિના પછી મને ખબર પડી એનું પેલા છોકરા સાથે પણ બ્રેકઉપ થયું છે. મને થયું કે ફરી વાર હું એને મળી લવ, કારણ કે હજુ પણ મારી અંદર એના માટે પ્રેમ હતો જ. હુ ઓફિસ ગયો અને તપાસ કરી તો ખબર પડી કે એને પણ જોબ મૂકી દીધી છે. મે જ્યારે પેલા બીજા છોકરા જોડે વાત કરી ત્યારે એને મને કીધું કે એની સાથે બ્રેકઉપ કરી ને એ જતી રહી. સૂકામ એવું કર્યું એનું કઈ ખાસ કારણ એને કહ્યું નહીં . બસ એટલું કીધું કે આપડું કઈ ભવિષ્ય નથી અને મને ફોરેન જવાનું છે.

મે એનો ફોન ટ્રાય કર્યો પણ એ બંધ હતો. એના ઘરે ગયો તો ખબર પડી કે એનો આખો પરિવાર ઘર વહેંચી ને બીજી કોઈ સિટી માં જતો રહીઓ છે. મે એને ઈમેલ કર્યો એના ફ્રેન્ડ્સ ને પણ પૂછ્યું પણ કોઈ પાસે એનો કોઈ કોન્ટેક જ નહોતો. અમે લોકો જ્યારે સાથે હતા ત્યારે અમીશા એ મને કહ્યું હતું કે એને જેસલમેર બહુ ગમે છે તો ભવિષ્ય માં ત્યાં જ રહી જવું છે. એ વાત ત્યારે એને મજાક માં કદાચ કહેલી પણ મને જ્યારથી યાદ આવ્યું. હું જેસલમેર માં આવીને એને શોધતો રહ્યો.

બસ આજે તમારા લોકો સાથે મુલાકાત થઈ અને મારી આ પ્રેમ કહાની અહિયાં પૂરી થઈ. ચાલો દોસ્તો હવે સવાર થઈ.

"વાહ .. ઉમંગ ભાઈ વાહ.. તમે તો મોટા આશિક નીકળ્યા હો બાકી. ઈશ્વર કરે ને તમને તમારી અમીશા મળી જાઈ એવા અમારા આશીર્વાદ.. " મે કહ્યું.

"અરે.. થેન્ક યૂ ભાઈ સંજય ભાઈ.. સારું ત્યારે .. મળીએ ચાલો.." ઉમંગ ભાઈ એ કીધું.

"હા ચોક્સસ. હું પણ અમદાવાદ આવું એટલે આપડે મળીએ. હાલ કઈ કંપની માં છો તમે ?."

"હું.. ટડાસી ઇંટરનેસનલ માં છુ જે એસ. જી. હાઇવે પર છે એ એક ફોરેન ની કંપની છે"

"અચ્છા.. સારું ત્યારે એ બાજુ આવું આટલે આપડે મળસું" મે કીધું.

"ચોકસ ભાઈ. બાય બાય.." ઉમંગ ભાઈ ના છેલ્લા શબ્દો હતા.

હું જ્યારે જેસલમેર થી પાછો આવતો હતો તો મને આખા રસ્તે ઉમંગ ભાઈ અને અમીશા ની જ વાત મગજ માં ફરતી હતી. હું ઘરે આવી ગયો અને મારા રોજ ના કામ માં લાગી ગયો. એક દીવસ એસ જી હાઇવે પર કામ પડ્યું તો હું ગયો અને દેખાયું ટડાસી ઇંટરનેશનલ બાજુમાં માં જ છે તો થયું કે ઉમંગ ભાઈ ને મળતો જાવ.

હું એ ઓફિસ માં ગયો અને ત્યાં કૈલાસ ભાઈ મળ્યા મે એમને પૂછ્યું કે કયા છે ઉમંગ ભાઈ. મે કીધું કે અમે લોકો જેસલમેર માં મળ્યા તા અને હું અહિયાં થી નીકળતો હતો તો થયું કે મળતો જાવ.

"સંજય ભાઈ. તમારી કઈક ભૂલ થતી લાગે છે. ઉમંગ ભાઈ નું તો મૃત્યુ એને એક વર્ષ થઈ ગયું છે." કૈલાશ ભાઈ એ કીધું.

આ વાત સાંભળીને મારા પગ નીચે થી જમીન સરકી ગઈ અને હું થોડી વાર સુન થઈ ગયો. અને વિચારવા લાગ્યો કે એ આખી રાત અમને જેને સ્ટોરી કીધી એ વ્યક્તિ કોણ હતું.

"તો.. અમીશા .. ???" મે પૂછ્યું.

"અમીશા એ લગ્ન કરી લીધા અને તે કેનેડા જતી રહી." કૈલાશ ભાઈ એ કહ્યું.

આજ સુધી ખાલી મે સાંભળ્યું જ હતું કે લોકો પ્રેમ માં અમર થઈ જાઈ છે. પણ આટલો પાગલ પ્રેમ. જે માણસ ને મૃત્યુ પછી પણ નથી મૂકતો. ઈશ્વર ની અજાયબી દુનિયા માં કેવી કેવી છે..

"જુઓ આજે પામશો તો કાલે ખોઈ શકો છો એવુંય થાય.. પણ મૂકી દયો એને છૂટું તો જે લેખ લખાયેલા છે એમજ થાય."

6. સ્નેહ ના તાંતણે થી છૂટેલો છેડો – (ગૌતમ ની ગરીમા)

"લે આ રૂપીયા! ને સાંભળ, મારા ગૌતમ માટે આજે જ સાયકલ આવી જવી જોઈએ સમજ્યો."

મારા દાદા, મારા પ્પા ને ખિજાતા સ્વરે કહી રહ્યા. હું નાનપણ માં જિદે ચડયો તો કે મને સાયકલ લેવી છે અને મારા તોફાન એટલે વાત જવા દયો.

મારા પ્પા સાથે હરખ ભેર હું બજાર ગયો અને દુકાને થી અમે નાનકડી બ્લૂ કલર ની સાયકલ લઈ આઇવા. આવીને તરત જ દાદા ની આજુબાજુ હું ઘુમવા લાગ્યો. મને આમ રમતા જોઈને બધા ના ચેહરા પર સ્મિત મને દેખાય આવતું હતુ.

મારુ નામ છે ગૌતમ. મારો જન્મ ભીમકટા ગામડે થયેલો. મારા દાદા ખેતી કરતાં અને એની પાસે બે બળદ હતા ને એક સુંદર મજા ની ગાય. નાનપણ મારુ ઘણું ખરું ગામડે જ પસાર થયું પછી થોડા મોટા થયા એટલે શહેર આવી ગયા. મારા દાદા ને ગાય સાથે બહુ વ્હાલ એટલે હમેસા એનો ખાટલો ગમાણ ની બાજુમાં જ હોય. દાદા ને ગામડે થી પાછા આવ્યા એટલે બહુ ગમતું નહીં કારણ કે એમનો જીવ તો ગામડા માં જ લાગતો. થોડા વર્ષો થયા ને એમનું અવસાન થયું પછી જાણે અમારા પરિવાર માંથી સમૂળું ગામડું જતું રહ્યું.

એ સમય માં નાનપણ માં જ અમારા લગ્ન નક્કી થઇ જાતા. જોકે અમુક માં તો ઘોડિયા વિવાહ પણ થઈ જતા. હું લગભગ દશેક વરસ નો હઇસ જ્યારે શાળા એ જતો, ત્યારે જ મારા પ્પા એ મારા લગ્ન નક્કી કરી નાખેલા. મારા મમી ના મોશાળ ની બાજુમાં એ છોકરી નો પરિવાર રહેતો. અમે જ્યારે નાનપણ માં મામા ના ઘેર જાતા ત્યારે મે એ છોકરી ને જોયેલી. નાનપણ માં કઈ ખબર ના પડતી એટલે મારા મિત્રો અને શેરી ના આડોસી પડોસી જ્યારે કહેતા કે ગૌતમ તારે કોના સાથે લગ્ન કરવા છે તો હું એનું નામ દેતો 'અનામિકા'.

હું હોસ્ટેલ માં ભણવા જતો રહીઓ અને બારમાં ધોરણ પછી કોલેજ કરવા અમદાવાદ જતો રહીઓ. મારા કોલેજ ના દિવસો માં ફેસબુક નવું નવું આવ્યું તું. હું ને મારા બધા મિત્રો અમે અવાર નવાર એક બીજાને શોધીને ટેગ કરીને હસી મજાક કરતાં રેહતા. એક દીવસ મને એક સજેસન માં નામ દેખાયું 'ઊર્મિ'. મે એ પ્રોફાઇલ જોઈ અને મોહિત થઈ ગયો. એમ ડિસ્પ્લે પીકચર માં એક છોકરી બારી પાસે બેઠેલી છે જેના હાથ માં પુસ્તક છે. મે એને ફ્રેન્ડ રિક્વેસ્ટ મોકલી.

ઘણા સામે સુધી એ રિક્વેસ્ટ એક્સેપ્ટ ના થઈ તો હું એમ મ્યુચવલ ફ્રેન્ડ જોવા લાગ્યો જેમાં એક નામ હતું 'ગરીમા'. મને થયું હું આને રિક્વેસ્ટ મોકલીસ તો આના સાથે વાત કરી ને ઊર્મિ સુધી પહોંચી એની સાથે દોસ્તી કરી શકિસ. ગરીમાએ એના ડીપી માં ખાલી એક છોકરી દરિયા બાજુ મોઢું કરીને ઊભી હતી એવો ફોટો રાખ્યો હતો. એ ડીપી માં જાણે મને ખાલીપો દેખાયો. મે એને રિક્વેસ્ટ મોકલી.

થોડા દિવસો પછી ગરીમા એ મારી રિક્વેસ્ટ એક્સેપ્ટ કરી. મે એને હાઇ લખીને મેસેજ કર્યો. બે દીવસ પછી એનો જવાબ આવ્યો. બીજું તો ઠીક, પણ એક વાત છે કે મારી અંદર ની ધીરજ મને ખૂબ ગમતી હતી. મારે ગરીમા સાથે વાત થઈ અને ઓળખાણ થઈ ત્યારે ખબર પડી કે ગરીમા પણ એક સમયે મારી સાથે એજ શાળા માં ભણતી હતી. મને બહુ જ આશ્ચર્ય થયું. અમારે હવે રોજ રોજ એક બીજા સાથે વાતચીત શરૂ થઈ ગઈ. હવે અમને બેય ને એક બીજા જોડે વાત કરવાની આદત પડી ગઈ હતી. એક દીવસ મે એને પૂછ્યું કે ઊર્મિ ને ઓળખે છે? ત્યારે એને મને પૂછ્યું કે ઊર્મિ નું સૂકામ પૂછે છે. મે કહ્યું મને સજેસન માં બતાવતા હતા એટલે. ઊર્મિ એની નાની બહેન હતી. મને ખબર પડી ત્યારે થોડું અજુકતું લાગ્યું અને આમેય ઊર્મિ ની સગાય નક્કી થઈ ગઈ હતી એટલે હવે એની સાથે ભવિષ્ય ની કોઈ અપેક્ષા રાખી સકાય એમ હતી જ નહીં. એ સમય દરમિયાન હું ને ગરીમા બહુ સારા મિત્ર બની ગયા.

એક દીવસ અમારે બંને ને મેસેજ માં વાત થઈ.

"હેલ્લો ગૌતમ, સાંભળ હું અમદાવાદ આવું છું" ગરીમા નો મેસેજ આવ્યો

"હે ! સાચે? ક્યારે આવે છે તું?" ઉત્સુકતા માં મે પૂછ્યું

"હું આ રવિવાર ના એક સેમિનાર અટેન્ડ કરવા આવીસ. મારો સેમિનાર બપોરે ૨ વાગે પતી જસે પછી આપડે ૪ વાગે કાંકરિયા તળાવ પર મળી શકીએ ?" (એનો જવાબ આવ્યો)

"હા ચોક્કસ, હું પણ તને મળવા માટે ઉત્સુક છું." મે કહ્યું

હવે લગભગ છ મહિના થઈ ગયા હતા હું ને ગરીમા એક બીજા જોડે વાત કરતાં હતા. અમે બંને એ એક બીજાના હજુ સુધી ફેસબુક માં ફોટો જ જોયા હતા. પહેલી વાર અમે બંને મળી રહ્યા હતા. હું ખૂબ જ ઉત્સુક હતો એને મળવા માટે. એ સમયે એક મૂવી આવેલું હસી તો ફસી , એનું એક ગીત મને બહુ જ ગમતું. *મન ચલા , મન ચલા તેરી ઔર.* હું આખો દીવસ સાંભળ્યા કરતો.

એ સમયે વૉકમેન હતું મારા પાસે નાનકડું, અને કેસેટ માં ઘણા મારા પસંદ ના ગીતો મે રાખેલા. જ્યાર થી ગરીમા સાથે વાતો કરતો થયો ત્યાર થી મને રોમેન્ટિક ગીતો વધારે ગમવા લાગ્યા. હોય શકે મારી યુવાન અવસ્થા અને લાગણીઓ નો ઉછાળો થયો હોય એના કારણે મારા માં મને આ પરિવર્તન દેખાતું હતું. આખરે અમારો વાટ જોવાનો સમય પૂરો થયો અને એ દીવસ આવ્યો જ્યારે અમે લોકો મળ્યા.

રવિવાર ની આ સવાર રોજ કરતાં ઘણી અલગ હતી. હું ચાલતા ચાલતા કાંકરિયા ના કાંઠે કાંઠે ફરતો હતો. મારા ખિસ્સા માં એક પત્ર હતો, ગરીમા માટે, અને હું આમ તેમ ફૂલ શોધી રહીઓ હતો. થોડે દૂર મને સફેદ ફૂલ નું જાડ દેખાયું ને મે એમાંથી અમુક ફૂલ તોડી ને રાખી લીધા. હવે હું રાહ જોઈ રહીઓ કે ગરીમા ક્યારે આવે.

સાંજ ના ચાર વાગ્યા, હું રાહ જોઈ રહીઓ, હવે મારી ઉત્સુકતા અને ધીરજ બંને ની પરીક્ષા હતી. ચાર વાગ્યા પછી ની હરેક મિનિટ મને કલાકો ની જેમ ખૂંચતી હતી. મારી આતુરતા થી આંખો દૂર દૂર સુધી ફરી વળતી હતી. થોડે દૂર મને એક છોકરી દેખાય રહી હતી અને એને જોઈને લાગ્યું કે એ પણ કોઈને શોધે છે, પણ મને ભીડ માં એનો ખાસ ચેહરો નહોતો દેખાતો. હું અમુક ડગલા સુધી આગળ ગયો અને તેની તરફ ચાલવા લાગ્યો.

સાચું કહું ને તો એને જોઈને મન માં મારા ગઝલો જ ફૂટી છે. *કાજલ ભર્યા નયન ના કામણ મને ગમે છે, કારણ નહીં જ આપું, કારણ મને ગમે છે,* હું એને ક્ષણવાર બસ જોતો જ રહીઓ.

"ગૌતમ, અહિયાં જો." ગરીમા એ દૂર થી મને બોલાવ્યો.

જાણે રોડ પર કોઈ સાયકલ માં નિણ લઈ જતું હોય ને બળદ એની વાહે વાહે જતો રહે એમ હું બૂમ સાંભળ્યા પછી એની તરફ દોરાતો ગયો.

"કેમ છે ?" ગરીમા એ બહુ ઉષ્માભેર અવાજ માં મને પૂછ્યું. ગરીમા ખૂબ કોન્ફિડન્ટ છોકરી છે. એ એના અવાજ માં પણ વર્તાય આવે.

"એક દમ મજામાં, અને તમને જોઈને તો કઈક વધારે જ સારૂં છે" મે કહ્યું.

"તમે નહીં, 'તને', તારે મને 'તું' જ કહેવાનું બરોબર?" અધિકાર સ્વરૂપ અવાજે ગરીમા એ મને કીધું.

"સાંભળ આપડે ત્યાં વડલા ની નીચે બેસીએ થોડી વાર?" મે કીધું.

"હા ચોક્કસ ચાલ. " ગરીમા એ આગળ ચાલતા કહ્યું.

અમે બંને થોડે આગળ ચાલી ને ત્યાં વડલા ની નીચે જઈને બેઠા. હું વારે વારે એને બસ જોઈ રહીઓ. એના ખુલ્લા વાળ, એના માથા પર લાગેલી બિંદી એના ઇન્ડો વેસ્ટર્ન કપડાં જેના એના પર ખૂબ શોભતા હતા. એના હાથ માં એક બટરફ્લાઇ બ્રેસલેટ પહરેલું હતું. એના પગ માં ઝાંઝર હતા. ભીડ માં પણ જાણે આખા ખુલ્લા ગગન માં ચમકતો તારો હોય એવું એનું આકર્ષક અને પ્રભાવશાળી દૃશ્ય મારી આંખો ને આંજતું હતું.

"મેસેજ માં તો બવ બધુ બોલતો હોસ, હવે કેમ ચૂપ છે? બોલ ! " ગરીમા એ મને હાથ થી કભાં પર અડકી ને કહ્યું.

"આજ સુધી તને ફોટો માં જ જોઈ હતી, આજે તને રૂબરૂ જોઈને સ્તબ્ધ થઈ ગયો, જાણે કોઈ માળી પોતાના લગાવ ભરેલા છોડવા ને રોજ પાણી પાતો હોય, અને અચાનક એક દીવસ એ છોડવા માં એક સુંદર મજાનું ફૂલ ઊગી નીકળે અને એને જોઈને એના મન માં જે હરખ ની હેલી આવી જાઈ અને એ મૌન થઈ જોતો રહે, બસ એવુંજ કઈક મારી સાથે થઈ રહ્યું છે." મે કીધું.

"તું પણ સારો દેખાય છે, અરીસો આપું કે મારી આંખો માં જોઈ લઇસ." આટલું કહી ને એ હસી પડી.

એને આમ હસતા જોઈ ને મારા ચેહરા પર પણ સ્મિત આવી ગયું.

"તારો હાથ આપતો જરા." મે હળવે રહી કહ્યું અને પછી એને એનો હાથ આગળ ધર્યો. મે એના હાથ માં ફૂલ આપ્યા અને સાથે એક પત્ર આપ્યો.

"અરે વાહ! આટલી બધી મેહનત કરી, શું વાત છે" ગરીમા એ કટાક્ષ વારા સ્વર માં કહ્યું.

"તને ના ગમે તો પાછા આપી દે, પત્ર અને ફૂલ." હું થોડુ રિસાયેલા મોઢે બોલ્યો.

"અરે અરે. ખોટું લાગ્યું તને.. મજાક કરું છું હું યાર, મને ગમ્યા તારા ફૂલ અને આ પત્ર પણ હમણાં જ વાંચીસ હું બસ." આટલું કહી એને મારા ગાલ પર હાથ ફેરવ્યો અને રમુજ સાથે મારા માથા ના વાળ વિખરેયા.

યુવાન અવસ્થા માં શરીર ને આવો સ્પર્શ ઘેલો કરી મૂકે. એના સ્પર્શ માં એક હુંફાળી ઉર્જા હતી અને મારુ હૃદય થોડું વધારે જોર થી ધબકવા લાગ્યું. અમે બંને એ થોડી વાર સુધી એક બીજાનો બસ હાથ પકડી રાખ્યો, અને બેઠા રહીને મૌન ને માણ્યું.. તળાવ ના વહેતા પાણી અને આજુ બાજુ પંખીઓ નો કલરવ અમે મુક્ત મન થી મૂક બની ને જોઈ અને સાંભળી રહ્યા. એના જમણા હાથ થી એને અડધું આલીગન કરતાં એનું માથું મારા ખભા પર મૂક્યું અને હું જાણે એ અનુભવ થી તરબોળ થઈ મીણ ની જેમ સતત અંદર ને અંદર ઓગળી રહીઓ હતો. ખાલી આટલા સ્પર્શ થી જાણે અમે બંને એક બીજાના સ્નેહ નો અગાધ અનુભવ કર્યો હોય એવું લાગ્યું.

ગરીમા એ મારો પત્ર વાંચ્યો.

ગૌતમ ની ગરીમા.

સંબોધન માં જ તને મે મારા નામ સાથે જોડી દીધી, જોયું? તારી સાથે કરેલી વાતો મારા જીવન ની સૌથી યાદગાર ક્ષણો છે. જ્યારે જ્યારે તું કહે ને 'સાંભળ ને" ત્યારે ત્યારે એક દમ ખૂબ ચોકસાઇ થી સાંભળતા હરણ જેમ કાન ઊંચા કરી નાખે ને એમ હું મારુ હૃદય અને કાન ધરી દેતો હોવ છું તને સાંભળવા.

તું મારી લાગણીઓ ની રસ સભર કવીતા છે. તારું નામ જ્યારે હું મારી સાથે જોડું તો મને એવું લાગે જાણે મારુ સ્વમાન અને આદર વધી ગયા. ગરીમા, તું મને ગમે છે. હું તને પસંદ કરું છું. આ વાક્ય લખવા સમયે એક સાથે ઘણો ડર પણ છે અને સાથે સાથે એક લાગણીઓથી ભરેલી આશા પણ છે. તે મને જ્યારે તારી સાથે થયેલા અંગત જીવન ના ઉતાર ચડાવ શેર કર્યા ત્યારે મને તારી સાથે બંધાયેલા વિશ્વાસ ભર્યા સંબંધ નો પાયો દેખાય ગયો. મને તારી સાથે ઘરડું નથી થવું , મને તારી સાથે બસ આમજ હસતાં ખેલતા જીવન જીવવું છે. તું આમજ રહે , તારા માં કોઈ જ મને બદલાવ નથી જોતો. તું જેમ છે એમજ જ ખૂબ જ

પરિપૂર્ણ લાગે છે મને. જો આજે હું તને આ નો કહી સકીઓ હોત તો હું જીવન ની એક અદભૂત ક્ષણ ચૂકી જાત. મને ખબર છે કે તને એમ થતું હસે કે મે હજી તને ફોટો માં જ જોઈ, અને થોડા સમય વાત કરી તો એમાં શું પ્રેમ થઈ જાય ખરો? મને કદાચ એટલું ચોક્કસ સમજાવતા તો નઇ આવડે પણ હું કોશીસ કરૂં છું.

તારી સાથે વાત કરતાં સમય નું ભાન નથી રહેતું. તારો અવાજ મને ખૂબ જ ગમે છે. તારી સુંદરતા મને હમેસા ઊગતા સૂરજ જેવુ ઉજવાળું કરી આવસે એવો અનુભવ કરાવે છે. તો તને સવાલ થાય કે જે સૂરજ સવારે ઊગે એ સાંજે આથમે પણ ખરો. પણ હું ઊગતા અને આથમતા સૂરજ ની બંને કિરણો તારા ચેહરા પર જ જોવા માંગુ છું. હું તારી સાથે સ્નેહ ના સાગર ની સફર પર જવા માંગુ છું. હવે જીવન મહાસાગર રોજ એક સરખો તો ના જ હોય, સાગર માં હમેસા ભરતી અને ઓટ તો ચાલતી જ રહેવાની. હું બસ સુખ દુખ અને તડકો છાંયો તારી સાથે વહેંચવા માંગુ છું.

મારા જીવન માં તારૂં હોવું મને જીવંત લાગે છે. તારો હસવાનો અવાજ અને ચેહરા પર નું સ્મિત મને કુદરત નું સૌંદર્ય સોળે કળાએ ખિલતું હોય એવું લાગે છે.

ગરીમા શું તું મારા પુષ્પો સાથે મારો વ્હાલ અને મારા સપનાઓ સ્વીકાર કરીસ?

ગૌતમ.

"ઓય, સાંભળ તો, તારી પાસે પેન છે?" ગરીમા એ પૂછ્યું.

"હા છેને, આ લે"

મે એને પેન આપી. મારા પત્ર માં જ્યાં છેલે મે મારુ નામ લખ્યું તું ત્યાં એને પોતાનું નામ લખ્યું અને કીધું.

"જ્યારે તે શરૂવાત માં જ તારી સાથે નામ જોડી દીધું, તો છેલે કેમ એકલો છે, હું તારી સાથે છુ."

આટલું કહી ને એના ચેહરા પર સ્મિત અને આંખો માં 'હા' નજર આવી મને, છતાં મે એને પૂછ્યું કે તારો જવાબ શું છે, એને હળવે થી માથું નમાવી શરમાય ને હા કહ્યું. મારા પ્રેમ નો સ્વીકાર, મને એના સ્મિત માં ચોખો દેખાય આવ્યો.

આટલા જ સમય માં સાંજ ના સાત વાગી ગયા. અને ગરીમા થી છુટા પડવાનો સમય આવી ગયો. અમે બંને ચાલીને બસ સ્ટેન્ડ તરફ જવા લાગ્યા ત્યારે ચાલતા ચાલતા

ગરીમા એ મને પૂછ્યું કે મારા આંખો નો રંગ કઈક અલગ લાગે છે. ત્યારે મે એને કીધું. ચાર વર્ષ પહેલા મારુ એક્સિડેન્ટ થયેલું જ્યારે ડોક્ટરે કીધું હતું કે થોડા સમય માં મને દેખાસે નહીં, અને આંખો બદલવી પડસે. સદનશીબે સોહમ કરીને એક વ્યકતી ના નેત્રદાન પછી એની આંખો મને મળેલી એટલે મારી આંખો જરા અલગ દેખાય આવે છે.

તું પહોંચી જાય એટલે મને મેસેજ કરજે. આટલું કહી અમે એક બીજા નો હાથ છોડ્યો. હું પણ ફરીથી પીજી પર જતો રહીઓ.

ગરીમા સાથે લગ્ન કરવાનું મન હું બનાવી ચૂક્યો હતો, પણ બસ ખાલી ઘરે કેમ કહું એ બીક હતી. ગરીમા પણ જોબ કરવા લાગી હવે તો, એટલે પહેલા મારે કોઈ જોબ શોધવી જરૂરી બની ગઈ. હું પણ એક આઇટી કંપની માં નોકરી માં લાગી ગયો. એક દીવસ ગરીમા ના જન્મદિવસ પર હું એના ઘરે ગયો. જન્મ દીવસ ની શુભકામના આપી હું એના મમી પ્પા ને મળ્યો. અમારી ઓળખાણ થઈ અને ખબર પડી કે ગરીમા અમારા કરતાં આર્થિક રીતે સદ્ધર છે. હું એને મળીને નીકળ્યો પછી અમારે ફોન માં વાત થઈ ત્યારે હું એને કહી રહીઓ કે ગરીમા, મને લાગતું નથી કે તારા પ્પા એ મને પસંદ કર્યો હોઈ. ગરીમાએ પણ એજ કીધું કે એના પ્પા ને હું પસંદ ના આવ્યો અને એનું કારણ હતું આર્થિક હું સબળ નહોતો. ગરીમા એ કીધું કે જો ઘર ના લોકો નહીં માને તો આપડે ભાગી ને લગ્ન કરી લેસું. પણ મે જ એને ના પાડી કારણ કે એ મને યોગ્ય નહોતું લાગતું, કે કદાચ મારા પાસે એ સમયે એટલી હિંમત પણ નહોતી.

થોડા મહિના વિત્યા ને એક દીવસ અચાનક મને ગરીમા નો ફોન આવ્યો. સામે થી રડતાં રડતાં ગરીમા નો અવાજ આવ્યો. એના રડતાં અવાજ થી મને થોડો આઇડિયા તો આવી જ ગયો તો કે કઈક અજુકતું બન્યું છે.

"ગૌતમ , મારા પ્પા એ તારી સાથે લગ્ન ની ના પાડી દીધી છે." ગરીમા ધીમા સ્વરે રડતાં રડતાં બોલી.

"ગરીમા, સાંભળ, સૌથી પહેલા તું શાંત થઈ જા.. હું અહીયાં જ છું તારી પાસે."

મે સાંત્વના આપવાની કોસીસ કરી.

"તું પાગલ છે, સમજતો જ નથી. હું તને કહું છું કે આપડે ભાગી ને લગ્ન કરી લઈ.
" ગરીમા થોડા ગુસ્સા સાથે બોલી.

"પણ ગરીમા, હું હજી પગભર નથી અને આમેય ભાગી ને લગ્ન કરવું મને વ્યાજબી નથી લાગતું". મે કીધું.

"સારું, તો હવે પછી આપડે વાત નહીં કરીએ, આ મારો છેલો કોલ છે." ગરીમા એ અફસોસ સાથે ફોન કટ કરી નાખ્યો.

મે માફી માંગી. મે એને કીધું કે આપડે મળી ને કઈ રસ્તો કરી લઈએ. અમારી નીયતિ માં કદાચ અધુરાસ જ લખેલી હતી. એક મહિના જેટલો સમય નીકળી ગયો પણ અમે બંને મળી જ ના સકયા.

એક મહિના પછી જ્યારે ગરીમા સાથે વાત થઈ ત્યારે એને કીધું કે એના પ્પા એ એના લગ્ન બીજા જોડે નક્કી કરી નાખ્યા છે. હું એના પર ગુસ્સે થયો પણ હવે ઘણું મોડું થઈ ગયું હતું. હવે બસ એક બીજાને સમજાવવા સિવાય બીજો કોઈ રસ્તો જ નહોતો. હું ખુદ ને કહી રહીઓ, "તમે આવ્યાતા મારા જીવન માં પાછા જવાને , તો ભલે જાઓ, તમે મારા જીવન નો સમય છો, હું તમને થોભવી નથી શકતો. પ્રેમ નો સ્વીકાર અને અસ્વીકાર એક એવી ક્ષણ છે જ્યાં માણસ સંપૂર્ણ રૂપે પરિવર્તન પામે છે.

મારી નજર ની સામે મારા જીવન નો પ્રેમ લુટાય ગયો પણ હું બસ સમાજ અને પરિવાર ની આબરૂ ને હાથ માં રાખીને ખુદ ને મનાવતો રહીઓ કે જીવન આમજ ચાલે. ગરીમા એ પણ હવે મારી સાથે બોલવાનું ઓછું કરી નાખ્યું. ક્યારેય ક્યારેક થોડી વાર એની સાથે વાત થઈ જતી. પણ જ્યારે એની સાથે લાગણીઓ નો સંબંધ તૂટયો પછી એવું લાગ્યો જેમ મે ખુદ ને જ ખોઈ નાખ્યો હોય. જ્યારે આપડે પ્રેમ માં હોય ત્યારે, ખુદ ને આપડા પ્રેમ સાથે એટલા જોડી રાખી કે છુટા પડવા સમયે આત્મા પર પણ ઉજરડા પડી જાય છે.

થોડા જ સમય માં મે ગરીમા ના ફેસબૂક માં એના લગ્ન ના ફોટોસ જોઈ લીધા. અમારી લાગણીઓ અને હૂંફ ના સંબંધ પર થયેલો એ પૂર્ણ વિરામ હતો. હું બસ હવે ખુદ ને મનાવવા લાગ્યો કે જીવન આજ છે. સ્વીકાર સાથે કદાચ દુખ ઓછું થાય કે ના થાય પણ એ દુખ ને સહન કરવાની થોડી હિંમત આવી જાય. ગરીમાં ની યાદો માંથી નિકળવાના મારા પ્રયાસો ચાલુ હતા ત્યાં એક દીવસ અચાનક મારા પ્પા નો ફોન આવ્યો અને મને કહ્યું કે તરત જ ઘરે આવી જા, આવતી કાલે આપડે તારી સગાય માટે જાય છી. હું ઘરે જવા નીકળી ગયો. પ્પા સામે હું ક્યારેય કઈ જ બોલ્યો નથી. નાનપણ થી જ રૂઢિચુસ્ત અને જુનવાણી વિચારધારા વારા પ્પા સામે કઈ કહેવાની હિંમત ઘર માં કોઈ કરતું જ નહીં.

આખા રસ્તે હું એજ ગડમથલ માં હતો કે મારુ આ જીવન કઈ દિશા માં જઈ રહ્યું છે. જાણે મારા પોતાના જીવન પર મારો કોઈ જાતનો અધિકાર જ નથી. હું જેમ તેમ કરીને ઘરે પહોંચ્યો. આખું ઘર ને બધા સગા સંબંધીઓ મારી રાહ જોઈને ઊભા તા. હું ઘરે પહોંચીને ફ્રેસ થયો એટલે તરત જ અમે બધા ટ્રેન માં જવા નીકળી ગયા. હું હજી કઈ સમજી શકું કે

પ્પા સાથે કોઈ જાત ની વાતચીત કરું એવો કોઈ મોકો જ ના મળ્યો, બધુ પેહલા થી જ નક્કી કરી ને રાખ્યું તું એ મારા માથે થોપી દેવામાં આવ્યું.

સવાર પડતાં અમે લોકો ગામડે પહોંચી ગયા. સવાર ના ગામડા ના વાતાવરણ જે બધાને તાજગી દેખાતી હતી એમા મને દુખ અને લાચારી દેખાતી હતી. કહેવાય ને માણસ નો જેવો દ્રષ્ટિકોણ હોય એવી દુનિયા દેખાય. બધા પોત પોતાની રીતે તૈયાર થવામાં અને સગાય ની તૈયારી માં મશગુલ હતા. મારી અંદર દરિયા માં તોફાન ચડ્યું હોય એમ વિચારો ના વમળાઓ ફરી રહ્યા હતા. બારે મેઘ ખાંગા થઈને વરસ્યા પેહલા જેમ વાતાવરણ ઘેરાય જાય એમ હું ઘેરાયેલા મન માં જેમ તેમ કરીને ખુદ ને જીવંત હોવાનો એહસાસ કરાવતો હતો. મારુ મન આમાંથી છૂટવાના વલખાઓ મારી રહ્યું હતું.

"અરે, આ છોકરો તો જો , દિવેલ પીધેલું મોઢું કરીને કેમ બેઠો છે?"

(મને જોઈ કોઈ દૂર વાતો કરી રહ્યું હતું પણ મને સંભળાયું.)

મે એ તરફ જોયું તો પોતાનો અવાજ ધીમો કરીને એ દૂર જાતા રહ્યા. મારા ચેહરા હાવભાવ જોઈને ઘણા ખરા ને ખ્યાલ તો આવી જ ગયોતો કે મને આ સગાય માં મને થોડો પણ રસ નહોતો.

"કવ છું, આ તમે આ બધુ આટલું મોટું પરયાણ કર્યું તી છોકરા ને પૂછ્યું તું કે નઇ, કે એને ગમે છે કે નહી? "

આ સાંભળી ને મારા કાન ચમક્યા. મન માં થયું કે કોઈ તો છે જેને આવું ધ્યાન પણ દીધું. એ બોલનાર મારા દૂર ના એક સગા હતા. પણ એને પણ એવું કહીને ચૂપ કરી દેવાયા કે તમને નો ખબર પડે, બધુ બરોબર જ થાય છે તમે ચિંતા ના કરો.

એ સમયે મને, મૂકીને અહિયાં બધા, મને સમજદાર જ દેખાતા હતા. હવે માહોલ એવો હતો કે હું ચાહી ને પણ કોઈ ને કઈ કહી શકું એવી પરિસ્થિતિ માં નહોતો. મારુ મન ભારે થઈ ગયું તું. હું કશુ બોલી સકુ એવી અવસ્થા માં જ નહોતો. મન મારીને હું બસ બેઠો રહીઓ. મને તૈયાર કરવામાં આવ્યો. હું બસ એક પ્રેક્ષક ની જેમ આ આખુંય નાટક જોતો રહીઓ હતો. હું બહાનું કરીને અનામિકા ના ઓરડા તરફ ગયો જ્યાં એ તૈયાર થતી હતી. મે કહ્યું થોડી વાર અમને એકલા ને સમય આપો મારે આની જોડે વાત કરવી છે.

"અરે જમાયરાજ હવે થોડી વાર જારવો , પછી તો તમારે વાતો કરવાની જ છે. " (કોઈ સગા એ કીધું.)

"મને થોડી વાત કરવી છે ખાલી બે મિનિટ" મે થોડું વજન થી કહ્યું.

બધા બહાર જતા રહ્યા. હું ને અનામિકા બંને એક બીજાને જોઈ રહ્યા.

"જો અનામિકા, તું સુંદર છે, તારો સ્વભાવ પણ સારો છે, પણ મને આ સગાય નથી કરવી"

"પણ તમને વાંધો શું છે?" અનામિકાએ ઉદાસ સ્વરે પૂછ્યું.

"મને નથી ખબર કે મને શું વાંધો છે, પણ મને એટલી ખબર છે, કે મારે આ સગાય નથી કરવી." હું કહી ઉઠ્યો.

ક્ષણ બે ક્ષણ સુધી અમારી વચે ઉદાસ મૌન રહયું.

"હું મારા પરિવાર માં કોઈને કઈ કહી શકું એમ નથી. અને મને તમે પસંદ છો તો હવે હું ના તો નહીં પાડી શકું, જો તમને એવું લાગે તો તમે પ્પા સાથે વાત કરી લ્યો."

(આટલું કહીને તે ત્યાંથી જતી રહી અને એટલી વાર માં બધી સ્ત્રીઓ પણ ફરીથી આવી ગઈ)

હું "ના" નો જવાબ લઈને ફરી પાછો મારા ઉતારા વારા ઓરડા પર આવી ગયો. હવે મે હિમ્મત હારી ચૂકી હતી. મને એમ હતું કે કદાચ અનામિકા ને કહીસ તો એ સમજી શકે અને આ સગાય અટકાય જાય. અનામિકા ખાસ ભણેલી નહોતી. પણ સમજુ વ્યક્તિ હતી. અમે બધા બાળપણ માં સાથે જ રમતા. મારા મન માં હજુ ગરીમા નો અવાજ ધૂધવાતો હતો. હું કોઈ પણ રીતે આ સગાય સ્વીકારી શકું એમ નહોતો. મારો કોઈ ખાસ મિત્ર પણ નહોતો સાથે કે કોઈ પરીવાર માં પણ એવી વ્યક્તિ નહોતી જે આ વાત સમજી ને મારી મદદ કરી શકે.

થોડી વાર પછી બહાર ફરયા માં મંડપ માં બધા ને બોલાવામાં આવ્યા. અને ખુરસી પર મને અને અનામિકાને બેસાડવા માં આવ્યા. સગાય ની વિધી કારવામાં આવી. મારો ચેહરો જોઈને ભીડ માં બેઠેલા ઘણા લોકો વાતો કરતાં હતા, કે છોકરો જરાય હસતો કેમ નથી. પણ પછી મારા જ સગા સંબંધિયો એવું બહાનું આપવા માંડ્યા કે એ તો આવ્યા ત્યારે રાત ઉજાગરો થયો એટલે અને છોકરો ઠેક અમદાવાદ થી આવ્યો એટલે જરાક થાકેલો છે બસ બીજું કઈ નથી. હું બધાની ની વાતો ને સાંભળી રહીઓ અને કોઈ જોકર ને બધા એકીટસે જોઈ રહ્યા હોય એમ બધા મને જોઈ રહ્યા હતા, એવું મને લાગ્યું. હું હવે કઈ પણ વિરોધ કરવાની માનસિક સ્થિતિ માં જ નહોતો. સગાય ની વિધી પૂરી થઈ અને ફરીથી અમે લોકો બધા ઓરડા માં આવી ગયા. હું પલંગ પર સૂઈ ગયો. થોડી વાર પછી એક ટાબરીયુ બોલવા આવ્યું કે કાકા ચાલો તમને બોલાવે છે ફરવા જવા માટે. લોકો જનરલી સગાય પછી ફરવા જાતા હોય છે પણ હું મોઢું બગાડી ને બસ સૂતો રહીઓ.

રાતે અમે લોકો ઘરે જવા પાછા નીકળી ગયા. હું હવે ત્યાંથી કોઈ ને કઈ સમજાવી શકું, એવી આશા છોડી દીધી અને ફરીથી ત્યાંથી અમદાવાદ આવી ગયો. હવે મારુ મન ક્યાંય

લાગતું નહોતું. હું ધીરે ધીરે ફરીથી મારુ કામ કરવા લાગ્યો અને રોજીંદી જિંદગી જીવવા લાગ્યો. મારા જન્મ દીવસ ના દિવસે મને ફોન આવ્યો.

"હેલો, હેપી બર્થડે" (સામે થી અનામિકા નો અવાજ હતો)

"હા, થેન્ક યૂ" (આટલું કહીને મે ફોન કાપી નાખ્યો)

એ પછી અનામિકા એ બીજા ચાર ફોન કર્યા પણ મે ફોન ના ઉપાડ્યો. હવે ધીરે ધીરે મને એ વ્યક્તિ થી જાણે એક અણગમો થઈ ગયો હતો. એનો ફોન ના ઉપાડી ને મને પોતાને પણ ઘણું ખોટું લાગ્યું કે મારે એની સાથે આવો વ્યવહાર ના કરવો જોઈએ. ધીરે ધીરે સમય વીતવા માંડ્યો. એક વરસ, બે વરસ એમ. હું હવે લગભગ ભૂલી ચૂક્યો તો કે મારી સગાય થઈ ગઈ છે. ખાલી જન્મ દીવસ માં વચમાં જ્યારે પણ અનામિકા નો ફોન આવતો તો હું કાપી નાખતો અથવા ના ઉઠાવતો. થોડા સમય માં એ સમજી ગઈ અને પછી એને ફોન કરવા નું બંધ કરી દીધું.

એક દીવસ અચાનક મને ગરીમા નો ફોન આવ્યો.

"હેલ્લો, કેમ છે ગૌતમ?" (ગરીમા એ બહુ શાંત અને ધીમા અવાજે પૂછ્યું)

"મને સારું છે, તું કેમ છે? આજે ઘણા સમયે મારી કેમ યાદ આવી ગઈ" મે ફોર્માલીટી સાથે કીધું

"બસ એમજ ફોન કર્યો તો." ગરીમા એ કીધું

"લેટ મી ગેસ, તું પ્રેગ્નેન્ટ છે?"

"તને કઈ રીતે ખબર પડી?" ગરીમા એ આશ્ચર્ય સાથે પૂછ્યું.

"તારો અવાજ અને તારા અવાજ માં હૂંફ ની ઉણપ સાથે, મારી સાથે વાત કરવાની, આજે જે જરૂર પડી એ ઉપર થી મને લાગ્યું કે તું પ્રેગ્નેન્ટ હસે. વેલ કોંગરેચૂલેસન્સ"

"હમમમ."

એને કદાચ ઘણું બોલવું હતું તો પણ ગરીમા ખાલી આટલું જ બોલી.

બસ આટલી વાતો માં પણ અમારા બે વચ્ચે ઘણું મૌન હતું અને એ મૌન ની અંદર હવે અધિકાર ના હોવાના કારણે શબ્દો અને વાતો મન માં જ રહી અને એને ફોન મૂકી દીધો. મે પણ પછી પાછો ફોન કરવાનો પ્રયત્ન ના કર્યો. મારા મન માં એને લઈને એવો વિચાર આવ્યો કે આજ આટલા સમય પછી પણ એને એના સ્વાર્થ ખાતર જ ફોન કર્યો કે

મારી સાથે હૂંફભરી બે વાત કરવી હતી. પણ હવે હું થોડો પત્થર દિલ થઈ ગયો હતો આ સમય માં. મારી અંદર લાગણીઓ હોવા છતા એને મે દબાવી રાખી હતી.

હું હવે મારા ઘરે આવી ગયો પાછો. અને પ્પા એ પોતાની મનમાંની મુજબ એક દીવસ મને કહી દીધું કે આવતા પંદર દીવસ પછી તારા લગ્ન નકી કર્યા છે. સગાય વખતે મારી સાથે અચાનક થી આવું થઈ ગયું હતું એટલે આ વખતે બહુ આશ્ચર્ય ના થયું . અને હવે હું ખુદ ને મક્કમ બનાવાની કોસીસ માં લાગી ગયો કે આ લગ્ન મારે નથી જ કરવા. હું મારા પ્પા પાસે ગયો.

"પ્પા, મારે એમ કેવું છે, કે અનામિકા સાથે મારે લગ્ન નથી કરવા" મે ડરતા ડરતા કહી દીધું.

"મારે તારા કોઈ નાટક નથી સાંભળવા, છાનો માંનો તૈયાર થઈ જાજે." પ્પા એ ઊચા અવાજે મને કીધું.

મારી વાત ની ગંભીરતા નો કસો જ વિચાર કર્યા વગર મારા પર નિર્ણય થોપી દેવામાં આવ્યો. પુરુષો બધા ખૂબ હિંમત વારા હોય એવું સમાજ નું માનવું હોય શકે પણ જ્યારે રણભૂમિ માં પોતાનો જ પરિવાર હોય તો અર્જુનએ પણ એક વાર હથિયાર મૂકી દીધા હતા. તો હું તો એક નોર્મલ મિડલ ક્લાસ છોકરો જ છું.

"જો , તારા લગ્ન નાનપણ માં જ નક્કી કરી નાખ્યા તા, અને હવે લગ્ન ની તારીખ પણ નક્કી થઈ ગઈ છે, જો તું આ લગ્ન કરવાની ના પાડીસ તો હું ને તારી માં બંને જેર પી લેસું, કેમ કે મારી આબરૂ જાય એના કરતાં મારો જીવ જાસે તો મને ચાલસે" મારા પ્પા ના આ શબ્દો સાંભળીને હું સ્તબ્ધ બની એને જોતો રહીઓ અને એ ત્યાંથી ચાલ્યા ગયો.

આ શબ્દો પછી હું મારી બધી જ માનસિક ક્ષમતાઓ ગુમાવાના ક્ષિતિજ પર આવી ગયો હતો. જ્યારે માણસ જીવતા હોવા છતા અંદર થી મરી જાઈ એવી મારી હાલત હતી. જોવા જેવી વાત તો એ હતી કે બાકી બધા ખૂબ ખુસ હતા અને તૈયારીઓ માં વ્યસ્ત હતા. મારી માનસિક દશા કોઈ સમજી શકે એવું નો રહયું. મારા મિત્રો ને સગા સંબંધીઓ ને પણ ઓછે વત્તે અંશે આ વાત ખબર પડી કે મારે આ લગ્ન નથી કરવા. પછી બધા પોત પોતાના ના અનુભવો મુજબ મને એકલા એકલા મળે ત્યાં સલાહ સૂચન આપવા લાગે. કોઈ કહે લગ્ન કરી લે, એટલે ધીરે ધીરે ગમવા માંડસે, બધુ સમય સાથે ઠીક થઈ જસે એ તો. કોઈ કહે કે જીવન માં ક્યારેક તો સેટલ થવાનું જ છે તો હવે તારી ઉંમર નિકળતી જાય છે, એટલે કરી લેવાય લગ્ન. આવા ઘણા બધા સલાહ સૂચનો આવનારા દશ દીવસ સુધી મારા

કાન માં અથડાતાં રહ્યા. પણ મારી અંદર મારા મન માં કોઈયે ડોકિયું કરીને મારી મદદ કરવાની તસ્દી ના લીધી.

લગ્ન ની તારીખ આવી ગઈ. એ બે દીવસ મારા જીવન માંથી એટલી હદે ખરાબ દુખભર્યા દીવસ ની જેમ હું વિસ્મૃત કરી ગયો જેમ દૂધ માં પાણી ગાયબ થઈ જાય. આસપાસ ના બધા બહુ હરખાયેલા મન થી વાજતે ગાજતે મને પરણાવી ને ઘરે લઈ આવ્યા. મને મૂકીને બધા ખુશ હતા અને હું અંદર થી જીવતી લાશ હતો બસ. મારી ઇછા વિરુદ્ધ બધી વિધી થતી રહી અને હું મૂક બનીને જોઈ રહીઓ.

હજારો વિચારો અને માનસિક અસ્વસ્થતા સાથે એ બધુ પતી ગયું અને અમે લોકો બધા ઘરે પણ આવી ગયા. પેલા બે દીવસ તો મેહમાન ને બધા હતા એટલે જેમ તેમ નીકળી ગયા મને દુખી થવા માટે પણ કોઈયે સમય ના આપ્યો. મે ખુદ ને મનાવાની ખૂબ કોશીસ કરી કે ચાલો જે થયું એ થયું , હવે મારે આ બધુ સ્વીકારી જીવન માં આગળ વધવાનું છે એમ વિચારી હું સૂઈ ગયો. મે અનામિકા ને કીધું હું માનસિક રીતે થાકેલો છું તો તેના થી એક બે દીવસ અલગ સૂઈ રહીઓ. બે દીવસ નીકળ્યા પણ મને હજુ પણ ખૂબ સંકોચ હતો આ બધુ સ્વીકારવા માટે. મને થયું કે એક બે દીવસ માં બધુ ઠીક થઈ જસે અને હું ખુદ ને અને આ પરિસ્થિતિ ને સ્વીકાર કરી લઇસ પણ એવું થયું નહીં.

"પ્પા મારે બહુ જરૂરી કામ આવી ગયું છે તો હું અમદાવાદ જાવ છું." મે મારા પ્પા ને કીધું. અને હું થોડા કપડાં ભરીને જતો રહીઓ. હું ત્યાં થી ઉદયપુર જતો રહીઓ અને મે મારો ફોન બંધ કરી દીધો. આખો દીવસ મારો ફોન બંધ હોવાના કારણે ઘરે બધાને ચિંતા થવા લાગી. બીજે દિવસે મને પણ મમી ની ચિંતા થવા લાગી એટલે ફોન ચાલુ કર્યો કે તરત જ ઘરે થી ફોન આવ્યો અને ઘરે આવી જવા માટે કહ્યું. હું ઘરે આવી ગયો.

એક દીવસ રહીને હું બીજે દિવસે ત્યાં થી નજીક ના દરિયે જતો રહીઓ અને નક્કી કરી લીધું તું કે મારા જીવન નો હું અંત લાવી દઇસ. આવું વિચારીને મે દરિયા માં કૂદકો મારી દીધો. મારુ મન, મારા કાબૂ માં ના રહ્યું અને હું ધીરે ધીરે ડુબવા લાગ્યો અને ત્યાં નજીક માં એક શિવ મંદિર હતું ત્યાં ના પૂજારી જોઈ ગયા. દોડીને તે બીજા લોકો ને લાવીને મને બચાવી લીધો. હું મંદિર ના ખૂણા માં ચૂપચાપ બેઠો રહીઓ. મને થોડો ઘણો હોશ આવ્યો એટલે મને પૂજારી અને બીજા ત્યાં ના લોકો ઘરે મૂકી ગયા અને જ્યારે આત્મહત્યા ની વાત ઘરે ખબર પડી તો બધી બાજુ ઉદાસી નો માહોલ થઈ ગયો. બધા ને ધીરે ધીરે મારી ગંભીરતા સમજાણી અને અનામિકા ને થોડા સમય માટે પોતાના ઘરે ચાલ્યા જવાનું ઠીક લાગ્યું તો એને એના પરીવાર વારા તેડી ગયા. અનામિકા પોતાના ઘરે જતી રહી. મારા આત્મહત્યા નો પ્રયાસ માં તો હું નિષ્ફળ ગયો પણ મને આ લગ્ન નહોતા કરવા અને ભવિષ્ય માં પણ મને

અનામિકા સાથે નહોતું રહવું એ વાત ની ગંભીરતા મારા પરિવાર ને અને પ્પા ને સમજાઈ ગઈ હતી. મે કહ્યું કે હજી પણ જો તમે લોકો મને આ લગ્ન આગળ ચલાવાનું કેહસો તો મને મંજૂર નથી અને હું કઈ અણગમતું પગલું ભરી લઇસ. હું નકરાત્મકતા અને આત્મગ્લાનિ થી તરબોળ ભરાય ચૂક્યો હતો.

એક બે દીવસ સુધી ઘર માં સાવ માતમ છવાયેલો રહીઓ. મને બેસાડી ને મારા મમી પ્પા એ સમજાવા ની ખૂબ કોશીસ કરી. પણ મારુ અડગ મન એક જ વાત પર ટકેલું હતું કે મને આ લગ્ન પહેલા થી જ નહોતા કરવા અને હજુ પણ દૂર દૂર સુધી મને, એવો કોઈ વિચાર નથી કે આ રીતે હું જીવન ને આગળ વધારૂ.

આજ સુધી બધા એ એવું જ ઉદાહરણ જોયું હોય કે સાંભળ્યું હોય કે છોકરી ના લગ્ન એની મરજી વિરુદ્ધ થતાં હોય છે. પણ કોઈ દીવસ છોકરાઓ સાથે પણ આવું થઈ શકે એ વાત ને લઈને આપડા સમાજ ને ઉજાગર થવાની જરૂર મને એ સમયે લાગી. હું રાત દીવસ આ અંતરદ્વન્દ માં ઘોળાય રહીઓ હતો. એવું લાગ્યું જાણે મારુ આખું જીવન જ મારા પાસે થી છીનવી લેવાયું હોય. મહાભારત ના યુદ્ધ માં અર્જુન ને પ્રેરણા આપવા કૃષ્ણ ભગવાન હતા. અહિયાં મારા પરીવારની વિરુદ્ધ જવા હું પોતે એકલો જ ઊભો હતો. આખા સમાજ, પરિવાર અને અનામિકા નો પરિવાર પણ , બધા ને કોઈ એક એવું ખાસ કારણ જોતું હતું કે મારે આ લગ્ન સુકામ નહોતા કરવા કે સૂકામ હજી પણ આ લગ્ન માંથી છૂટાછેડા લેવા છે. પણ કોઈ વ્યક્તિ પસંદ નથી , લાગણીઓ નથી, પ્રેમ નથી તો શું એ એક કારણ જ પર્યાપ્ત નથી લાગતું ? હું એક દીવસ અનામિકા ના ઘરે ગયો અને એના ઘર ના સભ્યો અને વડીલો ને બેસાડી ને વાત કરી દીધી કે મારે આ લગ્ન ને નથી રાખવા . હું આ વાત કરવા પણ એકલો જ ગયેલો અને મારા પરિવાર માં થી મારી સાથે કોઈ જ નહોતું. મને ભય હતો કે શું થઈ શકે પણ મને મરવું મંજૂર હતું પણ આ જીવન ને એની સાથે ચલાવું મંજૂર નહોતું. છ મહિના સુધી બંને

પરિવાર વચે અને મારી વચે કોઈ જાત ની વાતચીત ના થઈ, અને અનામિકા પોતાના ઘરે જ હતી. એ કઈ જ ના બોલી કારણકે એને પોતાના જીવન માં ખુદ માટે કોઈ નિર્ણય ક્યારેય કર્યોજ નહોતો બસ એનો પરિવાર અને માતા પિતા કહે એમજ કરે. ત્યાર બાદ એના લગ્ન બીજે નક્કી કરી દેવામાં આવ્યા અને મને છૂટાછેડા ના કરાર માં સહી કરી ને મોકલી દેવામાં આવ્યો.

"દીકરા, મારી ભૂલ થઈ ગઈ હો."

આટલું કહી મારા પ્પા મને ભેટી ને રડી પડ્યા અને છેલ્લા અમુક મહિના થી એક જ ઘર માં રહેવા છતા અમે અબોલા ની જેમ એક બીજા સામે વાતો જ નહોતા કરતાં. આ છૂટાછેડા મારા જીવન નો મોટો આઘાત હતો. આ વાત થી ઉભરવા માટે મને બે વર્ષ લાગ્યા.

--- ૨ વર્ષ પછી ---

એક દીવસ મને ગરીમા ના ફ્રોન માંથી ફ્રોન આવ્યો. આટલા સમય પછી એનો કોલ આવ્યો. હું જરા અચકાયો અને પછી ફ્રોન રિસીવ કર્યો.

"હેલ્લો . ગરીમા ?" મે હળવે થી પૂછ્યું

"બેટા, હું ગરીમા ની મમી વાત કરું છું, ગરીમા ને મજા નથી, તું આવી શકે મળવા માટે?"

"હા, આંટી આવી શકું, પણ ગરીમા ને શું થયું છે ? કયા છે એ?"

"બેટા.. ગરીમા છેલ્લા એક વર્ષ થયા ડિપ્રેસન માં છે, બવ કઈ બોલતી નથી, કોઈને મળતી નથી. તારા નંબર એના ફ્રોન માં હતા એટલે થયું કે જો તું મળવા આવી શકે તો એ કદાચ ઠીક થસે." ગરીમા ના મમી નો અવાજ દુખદ અને રડવા જેવો હતો.

હું બધુ કામ મૂકીને બસ માં બેસી ગયો અને ગરીમા ના ઘરે પહોંચી ગયો.

"હેલ્લો, કેમ છો આંટી..?" મે ગરીમા ના મમી ને પૂછ્યું .

"સારું છે બેટા. તને કેમ છે અને તારા પરિવાર માં બધા મજામાં ને ?" ગરીમા ના મમી એ પૂછ્યું.

"હા આંટી બધુ સારું છે.. બધા મજામાં હો.."

થોડી વાર અમારી વચે વાતચીત થઈ પછી ગરીમા ના મમી એ મને આખી વાત કરી કે ગરીમા ના લગ્ન પછી એક વરસ થી તો બધુ ઠીક હતું. પછી ગરીમા ના હસબન્ડ ને

એની જ ઓફિસ માં કોઈ બીજી છોકરી જોડે પ્રેમ થઈ ગયો અને એ લોકો બહાર મળવા લાગ્યા. એક દીવસ એના હસબન્ડ ના ફોન માં ગરીમા એ બંને ના મેસેજ વાંચી લીધા અને છતા ગરીમા એ પોતાનું લગ્ન જીવન બચાવવા એના હસબન્ડ ને કીધું કે આ બધુ ઘર માં જ રહે અને પોતાની ભૂલ સુધારી લે. પણ એના હસબન્ડ ને હવે ગરીમા સાથે કોઈ ખાસ લગાવ નહોતો રહીઑ એટલે આ બનાવ પછી પણ એ એની ઓફિસ વારી પ્રેમિકા ને મળતા રહેતા અને એક દીવસ ગરીમા ના હસબન્ડે ડિવોર્સ માંગ્યા. એનું નાનકડું બાળક પણ એને પોતે જ રાખ્યું અને પોતાની ઓફિસ વારી પ્રેમિકા સાથે લગ્ન કરી લીધા. આ વાત પછી ગરીમા સાવ તૂટી ગઈ હતી.

એટલી વાર માં ગરીમા ત્યાં આવી. ગરીમા ની આંખો જેમાં તેજ હોતું, એ સાવ કાળી પળી ગઈ હતી. ગરીમા ના ચેહરા પર ઉદાસી અને ડિપ્રેસન ચોક્ખું દેખાય આવતું હતું. ગરીમા નું શરીર એક દમ નબળું અને સ્નેહવિહીન મૃત લાગતું હતું.

"અરે! ગૌતમ .. તું અહિયાં.. કેમ છે તને.. ઘણા વર્ષે.." ગરીમા એ ધીમા અવાજ માં એક સાથે બોલ્યું. એના અવાજ માં પેહલા જેવો કોન્ફિડન્સ નહોતો. જાણે એના જીવન માંથી જીવંતતા ક્યાંક ગાયબ થઈ ગઈ હોય એવું દેખાઈ આવ્યું.

"બસ જો.. અહિયાં થી નીકળતો હતો તો થયું કે આંટી ના હાથ ની ચા પીતો જાવ." મે મજાક માં કહ્યું.

"એમ.. તને હજુ ખોટું બોલતા નથી આવડયું.." ગરીમા એ આવીને મારી સામે બેસી ને કહ્યું.

"તમે બંને વાતો કરો, હું હમણાં ચા બનાવી ને લાવું હો બેટા." ગરીમા ના મમી એ કહ્યું.

હું ને ગરીમા એક બીજા સાથે વાતો કરતાં રહ્યા.. વીસ મિનિટ સુધી હું ને ગરીમા બીજી બીજી વાતો કરતાં રહ્યા સિવાય કે પોતાના જીવન માં જે તોફાનો જીવંતતા ઉજાળીને જતાં રહ્યા એ વીષય પર. થોડી વાર પછી ગરીમા ના મમી ચા લઈને આવ્યા અને અમે બધા એ ચા પીધી.

"આંટી , હું શું કહું છુ. કે અહિયાં નજીક માં એક ફૂડ ફેસ્ટિવલ ચાલે છે. તો ગરીમા આવી શકે જોડે. તમે પણ ચાલો." મે કીધુ.

"ના બેટા.. મારે આજે તો નહીં અવાય ક્યાંય.. પણ તમે ને ગરીમા જઈ આવો. આમેય હું તો કહું છુ કે ક્યાંય બહાર જાય તો થોડું સારું લાગે.."

ગરીમા એ ઘણી વાર આનાકાની કરી પછી અમે લોકો બહાર આવ્યા. અમે લોકો ફેસ્ટિવલ માં એક ટેબલ પર જઈને બેઠા. ત્યાં ધીમા સ્વરે ગુજરાતી ગીતો વાગતા હતા. જ્યારે ગરીમા એ પોતાનો ફોન પર્સ માં રાખ્યો તો એમાંથી એક કાગળ ઊડ્યો. મે ઊભા થઈ એ આંચક્યો. પછી ગરીમા ને પૂછ્યું, પણ એ નહોતી ઈછતી કે હું એ વાંચું. એટલે એને મારી પાસે માંગ્યો અને તરત પાછો રાખી દીધો. અમે થોડી વાર આમતેમ વાતો કરી.. પણ અમારા બંને ના થયેલા છૂટાછેડા વિષે કોઈ વાત જ ના કરી. થોડી વાર પછી ગરીમા ને વોસરૂમ જવું તું તો મને એના પર્સ ની ધ્યાન રાખવાનું કહીને તે ગઈ. હું તરત જ એના પર્સ માંથી એ કાગળ કાઢી ને વાંચવા લાગ્યો. હું ખુદ ને રોકી ના શક્યો. એ કાગળ ગરીમા એ એના પતિ ને લખ્યો હતો પણ કદાચ એને દીધો નહીં હોય.

સ્વયં..

પ્રિય કે વ્હાલા કહેવાનો 'ના તો હવે અધિકાર છે કે ના હવે એ માટે આપડી વચે ની લાગણીઓ'. એટલે ખાલી તમારા નામ સાથે જ હવે વાતો કરવાની રહી. આજે તમે જ્યારે ઘરે આવસો ત્યારે હું નહીં હોવ. મારા નાનકડા બાળક ને પેહલે જ મારા થી દૂર લઈ ગયા તમે. એનું ધ્યાન રાખજો. તમે એને નવી માં તો આપસો પણ શું એ માં એને એટલો સ્નેહ અને ઉછેર કરવા સક્ષમ છે ખરી? એની ચકાસણી જરૂર કરી લેજો.

તમારે ઘર માં જ્યારે પણ કઈ વસ્તુ જોતી ત્યારે તમે બૂમ પાડતા અને વસ્તુ તમારા હાથ માં હાજર થઈ જાતી. પણ હવે હું નહીં હોવ તો ઘર માં કઈ વસ્તુ કયા રાખેલી છે ની લિસ્ટ બનાવી રાખેલું છે. આપડા કબાટ માંથી મારા કપડાઓ કાઢી લીધા છે તો હવે ત્યાં પૂરતી જગ્યા થઈ ગઈ છે એટલે તમારા વધારા ના કપડાઓ અને બાકી નો સમાન સગવડતા રૂપ તમને મળી રહેશે. કોઈ પણ વાત માં પોતાના મન મુજબ ધારણા બાંધી લેવાંના તમારા સ્વભાવ ને હું ઓડખું છું એટલે એવું ના સમજતા કે આ બધુ હું તમને પાછા મેળવવા માટે કે મારી ગેર હાજરી દાખવવા કહું છું. તમે કહેલું " અહીંયાથી જાય ત્યારે તારો દરેક સમાન લેતી જજે મારે તારું એક અંશ પણ આ ઘરમાં ના જોઈએ.." મારો બધો સામાન આખા ઘરમાંથી ગોતી ગોતી ને ભરી લીધો છે... મારા બધા મનગમતા ગમતા કપડાઓ અને તમારી આપેલી બધી સાળીઓ. ઘરમાં લગાવેલા મારા દરેક ફોટો પણ મેં પેક કરી દીધા છે આપડા લગ્ન નો આલ્બમ હવે વ્યર્થ છે અને મૃત છે, એટલે એ આલ્બમ મેં તમારા કબાટમાં મુક્યું છે એનું શું કરવું એ તમેજ નક્કી કરજો...

આ બધોજ સામાન સંકેલતા મને વિચાર આવ્યો કે કદાચ ! લાગણીઓ, યાદો, સુખદ ક્ષણો પણ પાછી લઈ શકતી હોત તો.. તો હું મારા હાથમાં લગાવેલી મેંદી ની સુવાસ, નજીક આવતા ત્યારે તમારા ગરમ શ્વાસનો સ્પર્શ, પથારીમાં સેવેલા પડખાની હુંફ, તમારી સાથે ગાળેલા ચોમાસાની ભીનાશ... એકબીજાનો હાથ પકડીને ચાલેલા શાંત રસ્તે એ પગરવ અને પડછાયા... રાતો જાગીને કરેલા ઉજાગરા અને એની વાતોના સંવાદો, એવી કેટલીયે ક્ષણો સાથે લઇ જાત... હશે... સામાન ભરતા ભરતા હું પણ આખે આખી ભરાઈ ગઈ છું, સામાન સાથે મારા તૂટેલા સપના પણ એમાં બંધ કરી દીધા અને શક્ય એટલા જોર થી સૂટકેસ બંધ કરી દીધું છે. મંગલસૂત્ર અને આપડો નિષ્ફળ સંબંધ ઉતારી ને અહી જ રાખતી જાવ છું. તમને હું કોઈ પણ રીતે નહી મનાવી શકું એ વાતતો હું ઘણા સમય પહેલાજ જાણી ગયેલી.. છતાંય હું મારી હિમ્મત ની છેલી કળી સુધી કોશીસ કરવા ઈછતી હતી, આજ થી આ ઘર સાથે ના મારા લેણદેણ અહીંજ પુરા... જીવનમાં ક્યારેય પાછું ના ફરવાના વાયદા સાથે...

લી. સ્નેહ ના તાંતણે થી છૂટેલો છેડો.

ગરીમા નો આ પત્ર વાંચીને મારી અંદર જાણે લાવા ફૂટે એમ 'સ્વયં' પર ગુસ્સો અને દુખ બને આંખો સુધી આંસુ સ્વરૂપે બહાર આવી ગયા. મે એ પત્ર પાછો રાખી દીધો અને ગરીમા ત્યાં પાછી આવી ગઈ.

"ગરીમા, તને યાદ છે આપડે સાથે પેલું કાર્ટુન મૂવી જોવા ગયાતા ?" મે કીધું

"કયું? 'અપ' મૂવી ને?"

"હા એજ., આપડે કેવા સાવ પાગલ ની જેમ વિચારતા હતા કે આપડે પણ પહાડ પર રહેવા જાસુ ત્યાં નાનકડું ઘર બનાવસું અને આખું જીવન ત્યાં વિતાવસું" મે ગરીમા ની આંખો માં જોઈને રમુજ સાથે કહ્યું.

"હા.. ત્યારે તો આપડું જાણે બાળપણ હતું.. હવે તો આપડે ઘરડા થઈ ગયા." ગરીમા નો અવાજ આશાવિહોણો હતો.

"ગરીમા.. એ સપનું હજુ પણ પૂરું કરવા માટે શું હું તારી પાસે તને માંગી શકું ?" મે મારો હાથ આગળ વધારી કહ્યું.

ગરીમા એ ક્ષણ માં મને જોઈ રહી અને મારી આંખો માં આ વખતે લાગણીઓ હૂંફ અને તેના પ્રત્યે ને જૂનો સ્નેહ જોઈ રહી. પણ ગરીમા ખુદ ને સ્વીકાર હજુ નોતી કરી શકી કે પછી એના જૂના દુખો માંથી બહાર જ નહોતી આવી.

"જો ગૌતમ.. મારુ જીવન હવે પૂરું થઈ ગયું છે.. હું નથી ઈછતી કે તું મારા કારણે તારું જીવન પણ બગાડે." ગરીમા ના અવાજ માં જાણે 'ના' સાફ દેખાઈ આવતી હતી.

અમે ત્યાં થી નીકળી ગયા અને ગરીમા ને હું ઘરે છોડીને ને પાછો અમદાવાદ જતો રહીઑ. હવે અમારે વાત ચીત થતી રહેતી અને ગરીમા સાથે વાત કરતાં કરતાં એને ખુસ રાખવી એ મારો ઉદ્દેશ્ય બની ગયો. એના વિષે ના વિચારો અને એની સાથે ની વાતો માં હું મારા જીવન નો દુખ બધુ જ ભૂલી ગયો અને નવી પ્રેરણા સાથે જીવન જીવવા લાગ્યો. થોડા સમય પછી મે મારા છૂટાછેડા ની વાત પણ ગરીમાં ને સમજાવી અને લગભગ છ થી સાત મહિના પછી ગરીમા મારી સાથે લગ્ન માટે રાજી થઈ ગઈ અને અમે બંને એ લગ્ન કરી લીધા.

જીવન ના આવા કપરા ઉતાર ચડાવ સાથે અમે બનેં એક બીજાં ના નવા સંબંધ ના મજબૂત પાયા બની ગયા. જ્યારે મે મારા પર વિતેલા દુખો ની વાત ગરીમા ને કરી ત્યારે એને મને ગાઢ આલીગન માં ભરી લીધો અને અમે બંને એક બીજાને કલાકો સુધી વ્હાલ થી ભેટી રહ્યા...

આખરે મને મારા જીવન ની ગરીમા પાછી મળી ગઈ.

7. નભ મેઘધનુષ્ય – (કેસર અને આદીત્ય)

મારુ નામ છે કેસર. નઇ નઇ કેરી વાળું નઇ, રંગ વાળું. મારા પ્પા મને પ્રેમ થી કેરી જ કહે. બીજું કોઈ કહે તો ચિડાય જાવ. કેમ કે મને મારુ નામ બવ પસંદ છે. હવે હું તમને મારી વાત કરું. હું બરોડા એક શાળા માં જોબ કરું છું ટીચર તરીકે. એક દીવસ હું મારી શાળા એ થી ઘરે ગામડે જવા માટે બસ માં બેઠી અને મારી પાછળ ની સીટ પર એક સુંદર ફૂટડો યુવાન આવીને બેઠો. તેના પહેરવેસ અને હેર કટ જોઈને એવું લાગ્યું કે કોઈ આર્મી કે એર ફોર્સ વાળો યુવાન છે. એને જોઈને હું મારા વાળ સરખા કરવા લાગી અને હરખાય ને મારા ચેહરા પર સ્મિત આવી ગયું. હું ફરી ને એક બે વખત એને જોઈ રહી. પોલો નેક ટીશર્ટ, સિક્સ પોકેટ પેન્ટ અને સ્પોર્ટ સુસ એને પેહરેલા. એના શોર્ટ હેર અને એની મૂછો એના ચેહરા પર એમ શોભતી હતી જાણે એક સાત્વિક ઉર્જા અને શૌર્ય નો શૃંગાર કરેલો હોય.

બસ થોડે આગળ જતા બે ત્રણ લૂખા માણસો બસ માં બેઠા અને અભદ્ર ભાષા માં એક બીજા સાથે વાતો કરતાં હતા. થોડી વાર તો કોઈયે કઈ ના કહ્યું પણ પછી મારી પાછડ બેઠેલા ફૂટડા યુવાન એ ઊભા થઈ બધા લૂખાઓ ને મેથી પાક આપ્યો અને બસ માંથી નીચે ઉતારી દીધા. બસ માં બેઠેલા બધા માણસો ને રાહત નો શ્વાસ લીધો અને એ યુવાન નો આભાર માન્યો. પાછળ બેઠેલી ભીડ માંથી એક વૃદ્ધ માજી એ એનું નામ પૂછ્યું.

"મારુ નામ છે, આદિત્ય." આટલું બોલતા પણ એના ચેહરા પર ગર્વ અને ગૌરવ જળકતું હતું.

"વાહ, જુવાન. ભલું થાઓ તમારું દીકરા" માજી એ યુવાન ને કીધું

"દેશ માં તમારા જેવા યુવાન છે ત્યાં સુધી કઈ ચિંતા નથી બાપા, રંગ છે તમને." બસ ની ભીડ માંથી કોઈયે કહ્યું.

એ બસ માં ઘણાં લોકો એ એના વખાણ કર્યા. એનું નામ પણ એની પર્સનાલિટી ને શોભે એવું હતું. એ છ સાત કલાક બહુ જલ્દી વીતી ગયા અને આદિત્ય એનું ગામ આવતા જ ઉતરી ગયો, જતાં જતાં મે એની સામે જોઈ સ્મિત કર્યું અને વળતાં એને પણ સ્મિત કર્યું. મને મન માં હજારો ઉમંગો સાથે એનું એડ્રેસ કે નંબર પૂછવાનું મન થયું પણ મારી મર્યાદા હું ઓળંગી ના શકી. હું પણ બસ ગામડે પહોંચવા આવી અને બસ થી નીચે ઉતરતા મારુ ધ્યાન પાછડ ની સીટ પર પડ્યું. ત્યાં એક ડાયરી પડેલી જોઈ મે, ખૂબ સુંદર પહાડો ના ચિત્રો સાથે સપ્તરંગી એવું લખેલું હતું એની પાછડ એક પ્લેન દોરેલું હતુ. ડાયરી નું પ્રથમ પાનું મે ફેરવ્યું તો મોટા અક્ષરો એ લખ્યું તું *"વિંગ કમાન્ડર આદિત્ય".* મને લાગે છે કે જ્યારે પેલા લૂખા તત્વો ને મેથી પાક ચખાડવા એમને પોતાનું ડફલ બેગ ફેરવી ને માર્યું તો એમાંથી એમની ડાયરી પડી ગઈ હસે. મે એ ડાયરી મારી પાસે લઈ લીધી અને બસ માંથી ઉતરી ગઈ. હું ઘર તરફ ઉતાવળે ચાલવા લાગી કારણકે મને આ ડાયરી વાંચવાની ની બવ ઉત્સુકતા હતી. મે એ ડાયરી વાંચવાનું શરુ કર્યું. એમાં લખેલી અમુક રસપ્રદ વાતો જણાવું છું.

"૧૨/૧૨/2003 ના રોજ મને મારા પ્પા પ્રથમ વાર ફીલ્મ 'બૉર્ડર' જોવા લઈ ગયા. મને એ ફીલ્મ બવજ ગમી અને મે ત્યારે જ નકી કરી લીધું કે મારે મોટા થઈને પાઈલેટ બનવું છે. ૧૨ ધોરણ પછી મે, એન. ડી. એ. ની પરીક્ષા પાસ કરીને એર ફોર્સ માં નોકરી મેળવી. મારી સાથે મારા મિત્રો વિંગ કમાન્ડર ભાવેસ કે., સારજેન્ટ પંકજ અને કોરપોરલ પ્રકાશ અને હિરેને પણ એર ફોર્સ માં નોકરી મેળવી. અમે લોકો ખૂબ સારા મિત્રો બન્યા અને અમારી ટ્રેનીગ માં વિવિધ અનુભવો કર્યા. અમારી ટ્રેનિંગ પોસટિંગ લદાખ માં હતી. અને પછી ત્યાં સર્વ કર્યા બાદ અલગ અલગ જગ્યા એ મોકલવા માં આવ્યા. મને લદાખ ના પહાડો સાથે પ્રેમ થઈ ગયો. હું મારી બુલેટ લઈને ચાલતા મારા મિત્ર ભાવેશ સાથે એ બરફ થી ઢંકાયેલા પહાડો ના રસ્તાઓ ને ચીરતાં કુદરત ના રંગો ને માણવા જતાં."

"એક રોજ મને ઘરે થી રાજી ખુસી નો પત્ર મળ્યો અને એમ સમાચાર હતા કે મારા પડોસ માં રહેતા સોહમ નું મૃત્યુ થયું છે, મને ખૂબ દુખ થયું. હું એન ડી એ માં ભરતી લીધા પછી એને મળી જ નતો શક્યો. સોહમ અમારા પડોસ માં જ રહતો અમે બંને એક સાથે નાનપણ માં મોઈ ડાંડીયા રમતા, સોહમ લાગણીશીલ અને પ્રેમાળ છોકરો હતો."

'સોહમ' આ નામ સાંભળતા મારા કાન ચમક્યા, કારણકે થોડા સમય પેહલા મારુ હાર્ટ ટ્રાન્સપાલન્ટ થયેલું જેમાં મને સોહમ તરફ થી જ હાર્ટ મડેલું. મારી આંખો માં આંસુ આવી ગયા. અને લગણીઓથી હું ચૂપ થઈ ગઈ. મારા મમી એ બે વાર બોલાવી પણ હું સાંભળી જ ના શકી. પછી પાસે આવીને ને મને મમી એ હલાવી અને પૂછ્યું,

"કેસર! બેટા કયા ખોવાઈ ગઈ છે?"

"કઈ નઇ મમી, આજે બસ માં એક જુવાને બીજા ઓલા લૂખાઓ ને મેથીપાક દીધો અને બીજાની મદદ કરી તો એની ડાયરી મને મળી એ વાંચું છું. એને કોઈ સોહમ ની વાત કરી છે. હે, મમી આ મને જેને હાર્ટ આપ્યું એ સોહમ કયા રહે છે?"

"બેટા, એવી માહિતી તો એ લોકો એ ગુપ્ત રાખવાનું કીધું તું, પણ તારા પ્પા એવું કેતા તા કે કાઠીયાવાડી જ હતો."

"હું પ્પા ને પૂછી આવું"

હું ત્યાંથી ભાગતી ગઈ ઓસરી માં અને પ્પા ને પૂછ્યું ત્યારે ખબર પડી કે સોહમ અને આદિત્ય બંને પડોસી એજ છે કે જેને મને તેનું હાર્ટ આપ્યું છે. હું વિચારવા લાગી કે દુનિયા કેટલી નાનકડી છે. આદિત્ય ની ડાયરી માં લદાખ ના વિવિધ નાના ફોટાઓ પડેલા હતા. કુદરત જ્યારે સોળે કળાએ ખીલે એવું સૌંદર્ય એ ફોટોમાં મે જોયું. એ આખી રાત હું આદિત્ય ની ડાયરી વાંચતી રહી અને ફરી ફરી ને બધા કિસ્સા ઓ એવા લખેલા હતા જાણે મારી નજર ની સામે એ બધી ઘટનાઓ થતી હોય. આદિત્ય ની લાગણી અને બહાદુરી એના લખેલા વર્ણન માં સાફ દેખાય આવતી હતી. એક કિસ્સા માં એને લખ્યું હતું કે એને અને એના મિત્રો એ કેવી બહાદુરી થી જંગ જીતી હતી. આદિત્ય ની ડાયરી વાંચતાં વાંચતાં હું ક્યારે એના લગાવ માં લાગણીઓ થી તરબોળ થઈને બંધાય ગઈ મને ખબર જ ના પડી. બેકગ્રાઉન્ડ માં જાણે ગીત વાગવા માંડ્યું, *"લાગી તુમસે મન કી લગન, લગન લાગી તુમસે મન કી લગન."*

એ ડાયરી ની પાછડ એનું ઘર નું એડ્રેસ લખેલું હતું. મે એ નોંધી લીધું અને એની ડાયરી પોસ્ટ માં એના ઘરે રવાના કરી દીધી અને સાથે એક પત્ર લખીને મોકલ્યો. એ પત્ર માં મે લખ્યું,

----

"દેશ ના વીર યુવાન આદિત્ય જી,

તમારી બહાદુરી માટે તમને સલામ છે. તમે તે દિવસે લોકો ની મદદ કરી એના માટે તમારો આભાર માનું છું. અને મારી મિત્રતા સ્વીકાર કરવા વિનંતી કરું છુ. ઈશ્વર અને

માતાજી તમને જીવન માં ખૂબ પ્રગતી આપે. મને માફ કરસો, તમારી ડાયરી માં લખેલા તમારા કિસ્સા ઓ ને વાંચવા બદલ. પણ એવું સુંદર વર્ણન તમે કરેલું છે જેના કારણે હું ખુદ ને રોકી ના સકી. તમને જાણી ને કદાચ આશ્ચર્ય થસે કે સોહમ ના મૃત્યુ પછી એમનું હાર્ટ ડોનટે કરવામાં આવ્યું હતું અને સદનસીબે એ હાર્ટ આજ પણ મારી અંદર જીવતું છે, મને નાનપણ થી એક બીમારી હતી, એસ. એલ. ઈ, નામ ની અને મારુ હાર્ટ દિવસે દિવસે નબળું થતું જતું હતું. અને ડોક્ટરે મને હાર્ટ ટ્રાન્સપ્લાન્ટ નું કહેલું, સોહમ ના મૃત્યુ પછી મને એ હાર્ટ મડેલું અને હું આજે એમની આભારી છું. અને તમારી ડાયરી માં જે અમુક સુંદર કવીતાઓ પણ લખેલી છે જે મને ખૂબ ગમી. હું એક ટીચર છું અને બરોડા એક શાળા માં ભણાવું છું. તમારા જ ગામ માં સાહિત્ય વંદન હૉલ , સુંદર નગર, મા આવનારી ૧૮ તારીખે એક પુસ્તક મેળો છે, હું ત્યાં આવીસ. જો તમને સમય મળે તો ત્યાં મુલાકાત લઈ સકીએ.

કેસર.

અમુક દિવસો પછી આદિત્ય ને તેમની ડાયરી પોસ્ટ માં મળી ગઈ અને મને વળતાં એમનો પત્ર પણ આવ્યો. જે આ છે.

"વહાલા કેસર જી"

તમે મારી ડાયરી મોકલી ને મારા પર ઉપકાર કરેલો છે. મને મારી આ ડાયરી સાથે સ્નેહ છે અને આજ થી તમારા જેવા વ્હાલ ભર્યા મિત્ર પણ મળી ગયા છે, તમારી મિત્રતા સ્વીકાર કરતાં હું ખુદ ને ભાગ્યશાળી સમજુ છું. બસ માં વળતાં જ્યારે તમારી સાથે સ્મિત સહિત છેલી મુલાકાત મને પણ યાદ છે. મારા એન. ડી. એ. ના દિવસો માં ભણવાના સાથે મને સાહિત્ય નો પણ ખૂબ ઇન્ટરેસ્ટ હતો, ત્યાર થી મને કવિતાઓ અને ગુજરાત નું સૌંદર્ય સાહિત્ય ખૂબ મોહક લાગે છે પછી એ કોઈ કુદરતી દ્રશ્યો હોય કે અનુભવી કવિઓ ની રચના માં વર્ણાયેલું સૌંદય હોય.

એ દિવસે મે તમને જોયેલા, તમે પર્પલ કલર નો ડ્રેશ પેહરેલો અને માથા પર નાનકડી લાલ બિંદી લગાવેલી અને હાથ માં સુંદર રંગબેરંગી બંગડીયો પણ પેહરેલી હતી, અને મોર ના ચિત્ર વારા તમારા ઝૂમકા તમારી સાદગી માં એક અલગ સુંદરતા અને આકર્ષણ દર્શાવતા હતા. મારી ડાયરી માં મારા જીવન માં બનેલી અત્યાર સુધીની સુંદર અને રોમાંચક ઘટનાઓ નું લેખન છે. એટલે હવે તમે મને ઘણાં ખરા તો ઓડખી જ ગયા હશો. પુસ્તકો મારા અંગત સાથીદારો જેવા છે. તો પુસ્તક મેળા માં હું અચૂક આવીશ.

આપનો મિત્ર આદિત્ય.

આખરે ૧૮ તારીખ આવી. હું સાહિત્ય વંદન હોલ પહોંચી અને દર વખત કરતાં આ વખતે મારી આંખો કઈક અલગ જ શોધખોળ કરી રહી હતી. પેહલા હું જ્યારે પુસ્તક મેળા માં જતી તો વિવિધ અવનવા પ્રેરણાદાયી પુસ્તકો ની ખોજ માં રેહતી પણ આ વખતે મારી આંખો આદિત્ય ને શોધી રહી હતી. અચાનક મારી પાછળ ના સ્ટોલ પર થી આવાજ આવ્યો.

"કેસર જી !"

હું ફરી ને જોઈ રહી અને એ હતો આદિત્ય. એ ખૂબ સુંદર લાગતો હતો. મને ખ્યાલ છે, છોકરવ ને બવ વખાણ હજમ ના થાય પણ છતા મારા થી કહેવાય ગયું.

"અરે વાહ, હેન્ડસમ આદિત્ય જી, કેમ છો ?"

"એક દમ ફિટ એંડ ફાયન, તમે કેમ છો કેસર જી?"

"સાંભળો ને, શું આપડે બંને ચા પીતા પીતા, તમે માંથી તુ સુધી જઈ શકીએ?"

"હા ચોક્કસ, મિસ કેસર"

આવો ત્યારે ચા અને ચાહ ના રસ્તે. એવુ હું મન માં બોલીને થોડું મલકાય.

નજીક માં એક વડલા ની નીચે અમે બંને ચા પીવા બેઠા, અમારા બંને વચ્ચે લગભગ એક ફૂટ જેટલું અંતર હતું પણ છતા પવન સાથે એના નવા પહરેલા કપડાં ની ફોરમ મને આવી રહી હતી. લગભગ કલાક સુધી વાતો કરતા રહ્યા કે અચાનક મને યાદ આવ્યું કે હવે ઘરે પણ જવાનું છે નકર મને બહુ લેટ થઈ જસે. આદિત્ય ની વાતો ખૂબ રસપ્રદ અને રોમાંચિત કરી નાખે એવી હતી. એના ટ્રેનિંગ ના હસાવનારા કિસ્સા હોય કે લડાઈ માં થયેલી સિરિયસ ઘટના, બધુ ખૂબ સુંદર રીતે વર્ણન કરવાની એના માં અજબ કળા હતી.

"કેસર ! તું ખૂબ સુંદર છે અને તારા પર આ રંગ ખૂબ શોભે છે" આદિત્ય બોલ્યો.

"થેન્ક યૂ આદિ, હું તને આદિ કહી શકું ને ? આમેય હું બે વર્ષ મોટી છું તારા થી." આટલું બોલી હું હસી પડી.

"હા, હા નો પ્રોબ્લ્મ., આપડે પાછા ક્યારે મળસું?"

"હું દશ દીવસ પછી બરોડા શાળા એ જવાની છું તો આપડે જોડે જઈએ ?" મે કીધું.

"હા ચોક્કસ, હું પણ ત્યાંથી લદ્દાખ નીકળી જાઈસ"

"થોડા અધૂરા રહીને છુટા પડીએ તો ફરીથી મળવાની મજા આવસે." હું બોલી.

બસ આટલું કહીને અમે અમારા ઘરે જવા નીકળ્યા. હું પાછી રસ્તા માં જતાં જતા અમારા બંને વચે થયેલી ચર્ચા વિષે જ વિચારતી હતી. આદી એટલે આદિત્ય ખૂબ દેખાવડો છે. જેમ સામુદ્રિક શાસ્ત્ર માં પુરુષ ના ૩૨ લક્ષણો કહેલ છે એ બધા ગુણ મને આદિ માં ચોખા દેખાય રહ્યા હતા. મન માં ને મન તો મે નક્કી કરી જ લીધું હતું કે મારે આદિત્ય સાથે લગ્ન કરવા છે. આ પ્રથમ મુલાકાત માં અમે એક બીજા ને પુસ્તકો ભેંટ માં આપી. મને મળી 'સૌરાસ્ટ્ર ની રસધાર" અને મે એને આપી 'શૌર્ય કથાઓ'. જોગા નું જોગ અમે બન્ને એ એકબીજાને ઝવેરચંદ મેઘાણી ની જ પુસ્તકો આપી. મને એવું લાગ્યું જાણે અમારા બન્ને ની પસંદ એક સરખી જ છે. મને આ પુસ્તક ઘણા સમય થી વાંચવી હતી. એવું લાગ્યું જાણે એને મારુ મન વાંચી લીધુ હોય. ચા ની મીઠાંસ સાથે અમારા લાગણીઓ ના આ નવા સોપાન નું આજે પુસ્તક મેળા માં ઉદઘાટન થયું.

મને યાદ છે એને કહેલું આ વાક્ય, *"એક ટીપું પ્રેમ નું, એક લાગણી નો ધોધ, કુપણે કુપણે મહેકી ઉઠે સંબંધ નામ નો છોડ"*

મે કીધું એ છોડ ને વૃક્ષ બનતા સમય લાગે અને એમાં અવિરથ માવજત પણ કરવી પડે. ૨૦૦૬ માં એક ફીલ્મ આવેલી 'બનારસ – અ મિસટીક લવ સ્ટોરી' એમા જે સ્નેહ અને આધ્યાત્મ નું સુંદર સંયોજન દેખાડયું છે એવું જ અહી અમારા વચે સ્નેહ અને આધ્યાત્મ નું અનોખુ સર્જન થતું હતું એવું મને લાગ્યુ. અમારા બંને માં ક્ષણભર જે મૌન હતું એમાં પણ ઉષ્માભર્યા હૂંફ નું વાતાવરણ હતું. મને આદિ સાથે ખૂબ અંગત રક્ષણકારક અનુભુતી થતી હતી, એ જ્યારે સાથે હોય તો દુનિયા કઈક અલગ રીતે સુંદર લાગતી હતી. ચોક્કસપણે એમાં સ્નેહ ઘણાં અંશે જવાબદાર છે એવું કહી સકાય. હું ને આદિ જ્યારે બાજુ બાજુ માં બેઠા હતા તો અમારા વચ્ચે એક ફૂટ જેટલું અંતર હતું. મને હતું કે કદાચ એ થોડો નજીક આવીને મારો હાથ પકડે પણ અમે બંને શરમાળ તો કોઈયે પહેલ જ ના કરી અને આ નાનકડી ઈચ્છા આવનારી મુલાકાત પર ઠેલાઈ ગઈ. એ મર્યાદા ની પણ એક અનોખી મજા છે જેમાં અંતર થી ફરી થી મળવા ના શમણાં ઉતસુકતા અને સ્નેહ ને વધુ ગાઢ બનાવે છે.

હું ઘરે તો આવી ગઈ પણ લાગ્યું જાણે અમે લાગણીઓ ભરેલું મન અને હૃદય અરસ પરસ એક બીજાને સોંપીને ઘરે પાછા ફર્યા હોય. હવે ફરીથી જલ્દી મળીએ એવી ઉતસુકતા સાથે દિવસો વીતવા માંડ્યા. આખરે એ દીવસ આવી ગયો અને હું ફરીથી આદિ ને મળવા માટે તૈયાર થવા લાગી. મે મારી સૌથી ફેવરેટ સાળી પહેરી લીધી. આછી ગુલાબી

રંગ ની સાળી જેમાં થોડા સફેદ અને પીળા રંગ ના પતંગિયા સાથે ફૂલો ચિતરેલા છે. હું સવાર ના ૬ વાગ્યે બસ સ્ટેન્ડ પહોંચી ગઈ અને નશીબ જોગે આદિ પહેલે થી જ ત્યાં પોચી ગયો હતો.

"આદિ" મે થોડે દૂર થી એને સાદ કર્યો. એ દોડતો મારી તરફ આવ્યો. આવતા ની સાથે એ મને એકીટસે જોઈ રહીઓ. અને મેં ટાંકી ને ગુજરાતી સાહિત્ય ના શ્રુંગાર રસ માં કે સ્ત્રી નું સ્વરૂપ નું વર્ણન કરેલ શબ્દો કેહવા લાગ્યો.

"લંબવેણી અને લજ્જા ઘણી, જેના પોચાય પાતળિયા , સર્જનહારે સર્જ્યા એવા કોક કોક કામણિયા." આદિ બોલ્યો.

"તું, શું કેસ, આદિ સરખું બોલ."

"અરે! તું ખૂબ સુંદર લાગે છે એટલે મારા થી બોલાય ગયું, ગુજરાતી સાહિત્ય તારા જેવી સુંદર કન્યા કેવી લાગે એના માટે નું આખું વર્ણન છે"

"અચ્છા, એવું. તો આટલું જ છે, કે હજી કઈ છે?"

"હા, એટલે એમ તો ઘણું લાંબુ છે વર્ણન"

"તો પછી આખું જ કે, મારી પાસે સમય છે જ તને સાંભળવા માટે"

"હા કહીસ કહીસ, બસ માં બેસી ને કહીસ ચાલ. પાકું, પહેલા ચા પીવા જઈએ ?"

"અરે હા, ચાલો"

સવાર નો સમય હતો, બસ સ્ટનેડ ની પાછળ રહેલા મંદિર પર સવાર ની આરતી નો ઘંટરાવ સંભળાય રહીઓ હતો. અમારી બસ આવાને હજુ અડધો કલાક નો સમય હતો. અમે મંદિર ગયા અને દર્શન કર્યા પછી ત્યાં બાજુમાં ચા પી ને ફરીથી બસ ની રાહ જોવા માંડ્યા. થોડી વાર માં બસ આવી અને અમને બેસવાની જગ્યા પણ મળી ગઈ. સવાર નો સામય હોવાના કારણે બહુ ભીડ નહોતી.

"ચલ હવે તું મને પેલું વર્ણન કે જોઈ. " હું ઉતાવળે એને પૂછવા લાગી.

"અચ્છા કહું ચાલો, તો આખું આવું કઈક છે, કે એક સ્ત્રી કેવી હોય એનું રૂપ કેવું હોય એને શબ્દો માં આવી રીતે વર્ણન કરેલું છે, કે લંબવેણી અને લજ્જા ઘણી, જેના પોચાય પાતળિયા, સર્જન હારે સર્જાયા એવા કોક કોક કામણિયા, ચંદ્રમા માં ચોહલા જેવુ એનું કપાળ, કામદેવ ની પણછ જેવા એના કાળા ભમર નેણ, ત્રાઠી મુગલી જેવી એની આંખો, દીવા ની સગ જેવુ એનું નાક, સંખલા જેવી એની ડોક, અને ભૂખી સિહણ જેવો એનો કડનો લાક, અને

એ કડ ના લાક ની માથે કોઈ બાળુટો નાનકડો નાગ ધીમો ધીમો આળોટા મારતો હોય એવો કમર સુધી નો એનો કેસ કલાપ, ડાબા અને જમણા હાથ માં જાણે સોનાની મસાલોમાં પાંચ પાંચ જ્યોત સળગતી હોય એવી એની ડાબા અને જમણા હાથ ની આંગળિયું, જાણે પગની પાની માંથી કંકુ ની ઢગલીયું થતી આવે, અને દાડમ ની કળી જેવા એના દાંતમાંથી જરાક અમથું મલકાટ થાય, તાંતો જાણે ફૂલડાં ખરે, જાણે ઊગતો આંબો, રાણ નો કડાંબો, જાણે હોળી ની જાળ, જાણે બહારવટિયા ની બરછી, જાણે પૂનમ નો ચંદ્રમા, જાણે ભાદરવા નો તડકો, કાં તો એમ કેહવાય કે જાણે જૂની વાડ નો ભડકો હોય."

"વાહ ! વાહ ! વાહ !, અપ્રતિમ આદિ, અતિ સુંદર."

"તને જોઈને મને આ યાદ આવી ગયું, તું આ રીતે જ સુંદર લાગે છે."

હું શરમાય ને એની આંખો માં થોડી વાર જોઈ રહી. એની વાતો માં એક આત્મવિશ્વાસ હતો. ઘણે સુધી અમે બંને એ એક બીજા સાથે વાતો કર્યા કરી. આદિ વારે વારે મારી આંખો માં જોયા કરતો. જ્યારે અમારા વચ્ચે મૌન હોય ત્યારે આંખો ની પણ વાચા વાટે અમે એક બીજા સાથે બોલતા હતા. મે મારા હાથ ને બેઠા બેઠા ખુલ્લો રાખ્યો અને તેમાં જોઈ રહી. અને આદિ બોલ્યો,

"કેસર, જો તારી પરવાનગી હોય તો હું તારો હાથ પકડી શકું ?"

મે સ્મિત સાથે મૂક અવાજ માં મારી આંખો ના પલકારે એના પ્રશ્ન નો જવાબ હાં માં આપ્યો. એને મારો હાથ પકડ્યો એ પ્રથમ સ્પર્શ, સ્નેહ નો મારા માટે યાદગાર બની ગયો.

"કેસર, આપડે જ્યારે પ્રથમ વખત મળ્યા ત્યારે જ મારે તને પૂછવું હતું પણ ત્યારે કદાચ ઉતાવળ લાગત."

"કેસર, હું તને પસંદ કરું છુ" આદિ આ બોલ્યો ત્યારે એની આંખો માં નિખાલસતા મને સાફ સાફ દેખાય રહી હતી.

"હું, પણ તને પસંદ કરું છું આદિ. મને પણ તું ગમે છે. " હું પણ આ બોલવા માટે આતુર હતી.

અમે એક બીજા નો હાથ થોડો વધુ કસીને પકડ્યો અને એવું લાગ્યું જાણે હાથ માં હાથ રાખ્યા પછી એક બીજા ની લાગણીઓ અને સ્નેહ ની ઉર્જાઓ આપસ માં આપ લે થઈ હોય અને લાગણીઓ જે દબાયેલી હતી એ બધી બહાર આવી ગઈ અને એક બીજા પ્રત્યે નો સ્નેહ જાહેર થઈ ગયો. એવું લાગ્યું કે એ સમયે એક બીજા ને ગાઢ આલિંગન માં ભરી લઈએ પણ મર્યાદા ના કારણે એક બીજાનો હાથ કસીને પડકીને એ લાગણીઓ ને અમે સમજાવી.

મારુ હૃદય સંપૂર્ણ રીતે હવે આદિ જીતી ચૂક્યો હતો. હું મારા માથાને એના કભાં પર રાખી અને એનો હાથ પકડી એક અખૂટ આનંદ સાથે ઊંઘી રહી. અમે ક્યારે બરોડા પહોંચી ગયા કઈ ભાન જ ના રહ્યું. આદિ એ લગભગ કલાક સુધી હલ્યા વગર મને ઊંઘવા દીધી. મને એવું લાગ્યું જાણે આટલું સુરક્ષિત મને પેહલા ક્યારેય નોતું લાગ્યું. એની હૂંફ અને લાગણીઓ માં સતત એક અતૂટ વિશ્વાસ અને સુરક્ષા આપતું વાતાવરણ હતું. એ ઊંઘ ખૂબ આરામદાયક હતી. મને બીજા કોઈ અવાજો એ ઊંઘ માં નો સંભળાયા અને મે એક ગાઢ નિદ્રા કરી. કેહવાય ને યાત્રા ગમે તેટલી સુંદર હોય એ પૂરી થવાની જ છે. સમય પાછો આવ્યો જુદા થવાનો.

અમે બંને બસ માંથી ઉતરી ને નજીક ના એક ગાર્ડન માં ગયા અને ત્યાં થોડી વાર બેઠા.

"સો, મિસ કેસર હવે શું?" ઉત્સુકતાવસ આદિ એ પૂછ્યું.

"હવે શું, કઈ નઇ બસ, તું મારા ઘરે આવ અને મારા ફેમિલી જોડે વાત કર એટલે આપડે લગ્ન કરી લઈએ."

"ઓહોહો, જરા થોભો, આટલી જલ્દી શું છું ?, તારી ઇછા નથી કે આપડે ફરી, રખડી થોડું?" એને થોડા આશ્ચર્ય સાથે પૂછ્યું.

"કેમ , લગ્ન પછી, ના ફરી શકી, રખડી શકી?" મે આંખો મોટી કરીને પુછયું એને.

"હા એ તો છે, સારું જેમ તમે કયો એમ મહારાણી જી." એને મારી વાત સાથે સહમતી આપતા કહ્યું.)

"હા, એમજ હો" મે થોડું અભિમાની સ્મિત સાથે એની સામે જોઈ કહ્યું.

અમુક સમય મૌન રહી અમે એક બીજાની આંખો માં જોઈ રહ્યા.

"તું પાછો ક્યારે આવીસ હવે? કેટલો સમય મારે આ વિરહ સાથે કાઢવાનો છે"
"બસ છ મહિના"

"બસ છ મહિના ? એ તને ઓછો સમય લાગે છે?" હું થોડા મીઠા ગુસ્સા સાથે બોલી.

"અરે મારી વાહલી કેરી, છ મહિના તો આમ નીકળી જસે અને હું આવીને તારો હાથ પકડીને ફેરા ફરીને મારી જોડે લઈ જાઈસ."

"ઓહો, કેરી, એમ.. સરસ હો.. પાગલ" હું થોડું મલકાય ને એને જોઈ રહી.

અમે બંને ત્યાંથી છુટ્ટા પડ્યા અને એ પાછો લદાખ જતો રહીઓ. હું પણ શાળા એ પહોંચી ગઈ. અને હવે નવા શમણાઓ બનાવા લાગી. અમારી શાળા માં ટેલિફોને ની સેવા આવી. મને આદિ ત્યાંનાં નંબર આપી ગયો હતો અને કીધું હતું કે દર ગુરુવારે બપોરે ૪ થી ૬ ની વચે ફોન કરી સકે જેથી મારો મેસેજ એની મળી રહે.

મે આદિ ને ફોન કર્યો ત્યારે મને ખબર પડી કે એ જરૂરી કામ થી ફોરેન ની કોઈ કન્ટ્રી માં છે અને અઠવાડિયા પછી આવસે. મને આદિ ની બહુ જ યાદ આવતી હતી. અને ઘણા સમય થયા એની સાથે વાત નોતી થઈ. પણ મારો વિશ્વાસ આદિ પ્રત્યે અડગ હતો. આખરે એક અઠવાડિયા પછી આદિ સાથે વાત થઈ. અને એ પણ મને ખૂબ યાદ કરતો હતો. અમે બંને એ નક્કી કર્યું કે જ્યારે પણ એક બીજાને યાદ કરસું તો એના માટે કોઈ કોડ વોર્ડ નક્કી કરીએ. જેમ કે "વ્હાઇટ રોસેસ". એટલે કે "યાદ કરવું." પછી બીજું "મને તારા પ્રત્યે સ્નેહ છે", એના માટે "ગોલ્ડન પર્લ". પછી તો અમે બંને એક બીજાને એજ કહ્યા કરતાં. જેથી બધા વચે પણ વાત કરતાં અમને જાજો સંકોચ ના થાય. ૨૦૧૧ માં એક ફીલ્મ આવી હતી 'મોસમ'. આદિ એ મને એ ફીલ્મ જોવાનું કહ્યું. એમાં મૂવી માં જેમ એક બીજા થી દૂર રહી વિરહ માં હીરો હિરોયન હોય છે એમ અમે પણ દૂર હતા એક બીજા થી.

મેય મહિના ના ઉનાળા ના વેકેસન માં હું ઘરે આવી. એક સાંજે જમીને મે મારી અને આદિત્ય ની બધી વાત મમી ને કહી દીધી. મારા મમી ને હું જ્યારે આખી વાત કરી રહી હતી ત્યારે જ મારા દાદીમાં આ બધુ સાંભળતા હતા.

"બટા કેસર, આ આદિત્ય એટલે પેલો મિલીટરી વારો છોકરો જેને બસ માં બધા ની મદદ કરી હતી?" દાદી એ કીધું.

"હા દાદી એ જ. પણ તમને કેવી રીતે ખબર ?" મે આશ્ચર્ય થી પૂછ્યું

"અરે હું હમણાં જાત્રા કરવા ગઈ તી પરિકર્મા માં તૈ એક સોનબાય એ ગામ થી આવેલા એને આ વાત કરેલી"

એ જુવાન ને તો નકી જોવો પડસે. સારૂં, બોલાય ઇના ઘરના ને આપડે વાત કરીએ." બા એ કહ્યું

"હા, બા" હું હરખાય ને બોલી

હવે તો બા એ પણ હા પાડી દીધી છે અને આમેય મારા મમી પાપા ખૂબ સમજુ છે એટલે એમને વગર સંકોચે આદિત્ય ને મળવાની હા પાડી અને પરિવાર સાથે આવીને લગ્ન ની વાત કરવા માટે મને મંજૂરી મળી ગઈ. એ દિવસે મારા ખુસી નો કોઈ પાર નહોતો.

જાણે હું મન માં જ ગાવા લાગી, મન મોર બની થનગાટ કરે. મન મોર બની થનગાટ કરે. મે તરત જ બીજે દિવસે એસ ટી ડી માં જઈને આદિત્ય ને આ સમાચાર આપી દીધા. હવે બસ એ ઘરે આવે એના પરિવાર સાથે એની રાહ જોવાની હતી.

"AD, this is command, abort the mission and return to the base."

"negative sir, unable to move..... mayday! mayday! we have been hit"

"AD, this is an order. AD come in AD. Can you hear me?"

આદિત્ય નું પ્લેન દુશ્મન ના એરિયા માં ક્રેશ થય ગયું અને ત્યાં પહોંચી એને પોતાનો જીવ બચાવા ની સાથે સાથે દુશ્મનો ની બે પોસ્ટ પર ગ્રેનેડ થી હમલો કરી અને વીરતા દેખાડી અને એમના સાથીદાર વિંગ કમાન્ડર ભાવેશ દ્વારા એમને સહી સલામત બચાવી ને પાછા બેસ પર લવાયા. પણ પ્લેન ક્રેશ માં એના બંને પગ ઘૂટણ થી લકવાગ્રસ્ત જેવા થઇ ગયા. આદિત્ય અને ભાવેશ ને એમની બહાદુરી માટે વાયુ સેના મેડલ આપવા માં આવ્યું. આદિત્ય એ એની ફિસિકલ ફિટનેસ ને ધ્યાન માં લઈને અરલી રિટારમેન્ટ લઈ લીધું. ડોક્ટરે એ કીધું કે આદિત્યનાં પગ હવે જીવન ભર આમજ રહેસે અને તે ચાલી નઇ શકે.

આદિત્ય ની આ હાલત જોઈને મારા પરિવાર નું લગ્ન પ્રત્યે મન ડગમગાય ગયું. એ લોકો એ હવે લગ્ન કરવાની આનાકાની કરવા લાગ્યા પણ મારુ મન મક્કમ હતું કે જો હું લગ્ન કરીસ તો ફક્ત અને ફક્ત આદિત્ય સાથે જ. અંતે મારી જીદ સાથે લગ્ન નક્કી થઈ ગયા. આદિત્ય એ મને એકલા મળવાનું કહ્યું.

અમે બંને મળ્યા અને આદિત્ય એ મને લગ્ન માટે ના પાડી.

"કેસર, હવે મારા પગ નથી રહ્યા, આ વિલચેર સાથે શાને લગ્ન કરવા માંગે છે?"

"આદિ, મારુ પ્રોમિસ ખાલી તારા શરીર સાથે નહોતું. અને હું તને એમ આસાની થી મૂકી નઇ દવ."

"પણ, હવે આખું જીવન આમ મારી સાથે કઈ રીતે કાઢીસ તું?"

"મારે તારા કોઈ ઇફ કે બટ કે પણ નથી જોતાં, આવનારી શિવરાત્રી ને દિવસે આપડે લગ્ન કરીયે છીએ બસ, ઓવર એન આઉટ"

"સારું ત્યારે."

મારા અને આદિત્ય ના લગ્ન થયા ૨૦/૦૨/૨૦૧૨ ના મહાશિવરાત્રિ ના રોજ. અમે બંને ને તેના પરિવાર તરફ થી ખૂબ જ સાથ અને આદર પ્રેમ મળ્યો. પણ થોડા સમય પછી આદિત્ય હવે થોડો થોડો ગુમસુમ રહેવા લાગ્યો. એના પગ ને લઈને એના મન માં ખૂબ ચિંતા એને ખાઈ રહી હતી. એને લાચારી ને અનુભવ થતો હતો. એનો સ્વભાવ ક્યારેક ચીડચીડીઓ થઈ જતો હતો.

એર ફોર્સ જ આદિ નું સાચું જીવન હતું એટલે હવે એને કોઈ એનું 'અંગ' થી અલગ થયા નો અનુભવ એને અંદર થી કોરી ખાઈ રહીઓ હતો. અમે લોકો રોજ વિવિધ નિષ્ણાત ડોકટરો અને દવાઓ ની તપાસ કરીને એવી અવિરથ કોસીસ કરી રહ્યા હતા કે આદિ કેમ કરીને પણ પોતાના પગ પર ફરીથી ચાલતો થઈ જાઈ. આવું લગભગ એક વર્ષ સુધી ચાલ્યું. વિવિધ ડોકટરો અને નિષ્ણાતો ની વિવિધ પ્રક્રિયાઓ અને દવાઓ થી પણ કઈ અસર ના થઈ.

હવે દિવસે ને દિવસે આદિત્ય ની ધીરજ ખૂટી રહી હતી. તે પોતાની પીડા થી કંટાળી ગયો હતો. ક્યારેક અમારા લોકો નો વધુ પડતો વ્હાલ એ સિમપેથી સમજી ને અમારા પર ચિડાય ને દૂર થઈ જાતો. એક રાત્રે અમે બને વાતો કરવા બેઠા.

"આદિ, મને ઘણાં સામે થી તને એક વાત કરવી છે." હું હળવે થી બોલી.

"હા કેસર. બોલ" આદિ એ નીરસ અવાજ માં કહ્યું.

"આદિ, આપડે બધા કોસીસ કરીએ છીએ તું હિંમત ના હાર. આપડે કોઈ ને કોઈ રસ્તો કરી જ લેશું , અને આવતી કાલે ગામડે થી વૈધ આવે છે, તો તને વાંધો ના હોય તો હું એમને એક વાર વાત કરૂં?"

"હા કેસર. કરી લે, એ કોસીસ પણ કરી લે બસ." આદિત્ય બોલ્યો.

બીજે દિવસે ગામડે થી હાડ વૈધ આવ્યા. મે એમને બધી વાત કરી અને એમને આદિત્ય ના પગ જોયા. પછી એક તેલ માલીસ કરવા માટે આપ્યું અને સવારે વહેલા ઉઠી જમીને પર બેસી ને યોગા કરવાનું પણ કહ્યું. પછી થી હરેક દિવસે થી સવારે વહેલા ઊઠીને રોજ આયુર્વેદીક તેલ થી માલીસ કરવાનું શરૂ કર્યું અને યોગાસન માં બેસી ગાયત્રી મંત્ર ના પાઠ કરવાનું પણ શરૂ કર્યું. લગભગ સાત મહિના સુધી આમજ કર્યા કર્યું અને ધીરે ધીરે એના પગ સાજા થવા લાગ્યા. એક વર્ષ પછી હવે આદિત્ય પોતાના પગ પર ચાલવાની કોસીસ કરવા લાગ્યો. અને આટલી જીત પછી એનો આત્મવિશ્વાસ બમણો થઇ ગયો. અને થોડા જ સમય માં એ સંપૂર્ણ પણે ઠીક થઈ ગયો. અહિયાં આયુર્વેદ જીતી ગયું.

આજે અમારા લગ્ન બે વર્ષ થયા અને રાત્રે જમ્યા પછી આદિત્ય એ મને એક નાનકડું પ્રેઝેન્ટ આપ્યું જેની અંદર એક નેકલેસ હતો જેમાં ઇનસપીરેસન એવું લખેલું હતું અને એક પત્ર હતો જે આ મુજબ છે.

"મારી વ્હાલી કેસર કેરી"

આજે આપડા લગ્ન ને બે વર્ષ થયા પણ મને લાગે છે જાણે આપડો સંબંધ વર્ષો જૂનો છે. આ નાનકડી ભેટ તારા માટે છે જેમાં પ્રેરણા લખેલું છે, મારા જીવન ની સાચી પ્રેરણા તું બની છે. મારો ખોવાયેલો આત્મવિશ્વાસ તે મને પાછો મેળવવા માં મદદ કરી છે એનું ઋણ હું કેમ ચૂકવીસ. તે મારા માં આસ્થા દાખવી ને જાણે મને પુનરજીવીત કર્યો છે. હું તારો આભારી છું. આટલા સમય સુધી મારુ જીવન તે ખૂબ જ ધીરજ અને લાગણીઓ થી જાળવ્યું એના માટે હું તારો આભારી છું. હરરોજ સવારે ઊઠીને મારા જીવન ને સુંદર બનાવા માટે ના કરેલા તારા તમામ પ્રયત્નો નો હું આભારી છું. કેહવાય ને કે એક સફળ પુરુષ પાછળ એક સ્ત્રી નો હાથ છે. એમ હું મારી પગ ભર ચાલવાની સફળતા નો શ્રેય તને અર્પણ કરૂં છું.

તારી સાથે હોવાનો અનુભવ એવો અનુભવ છે જાણે હું મારા બે હાથો માં સઘળું સંસાર ભેટ્યો હોવ. તારી હૂંફ મારા જીવન માં એવા ઉજાસ જેવી છે જેની સાથે મારી સવાર થાય છે. તારી સ્નેહ થી તરબોળ હરેક લાગણીઓ મારા સુધી પહોંચીને મને જીવંત હોવાનો હર ક્ષણ અનુભવ કરાવે છે. મારા માટે મને ભાવતી વાનગીઓ બનાવવી કે મારી રોજીંદી

જીવન ની તમામ વસ્તુઓ કાળજી પૂર્વક મારા સુધી પહોંચાડવી એવા ઘણી નાની મોટી બાબતો ને તે જિનવટ થી જાળવી રાખી એના માટે હું તારો આભારી છું. મારા જીવન નો શણગાર છે તું, મારા ખાલી કાગળો માં ભરાતો રંગ છે તું, તારા વગર નું જીવન અધૂરું છે. મારા જીવન માં હોવાનો તારો આભાર માનું છુ.

આદિત્ય.

આદિ નો પત્ર વાંચીને હું મારી આખો ના આંસુ રોકી ના શકી. હજી હું એને કેહવા જાવ કઈ એ પેહલા એને મને આલિંગન માં ભરી લીધી. એ રાત ની સવાર બહુ મોડે થઈ અને જાણે અમે બે માંથી એક જ રહ્યા હોય એવી સવાર થઈ. અતૂટ વિશ્વાસ અને સ્નેહ સાથે અમારા સંબંધ નો છોડ જાણે એક વૃક્ષ બન્યું.

અમારા જીવન માં હવે એક સુંદર મજાના હેતુ ની જરૂર હતી જેના થી જીવન ને વધુ સુદ્રઢ અને મજબૂત રીતે આગળ ધપાવી સકાય. જીવન ને રાહ આપવા આદિ એ એક ટ્રેનીગ સેન્ટર ખોલ્યું. જેમાં યુવા પેઢી ને ભારતીય સેના માં જોડાવા માટે પૂરતી માહિતી સાથે સાથે પ્રેરણા મળી રહે. એ ટ્રેનીગ સેન્ટર નું નામ રાખ્યું "સુઘોસ" . સુઘોસ એ એક સંખ નું નામ છે જે મહાભારત ના યુદ્ધ સમયે નકુળ અને સહદેવ એ વગાળ્યો હતો.

ટ્રેનીગ સેન્ટર ના ઉદઘાટન માં મુખ્ય અતિથિ તરીકે એર માર્શલ ને બોલવામાં આવ્યા. એ એર માર્શલ દ્વારા ઉદઘાટન પછી બધાને સ્ટેજ પર બે શબ્દો કેહવા માટે આમંત્રીત કરવામાં આવ્યા. ત્યારે આદિએ આ શબ્દો કહેલા.

"હોનોરબલ એર માર્શલ , માય ડિયર ફ્રેન્ડ્સ એંડ ફેમિલી. કેહવાય છે કે સ્ટેજ પર આવીને બે શબ્દો કહો, પણ એ શબ્દો કેહવા માટે સ્ટેજ પર ૫૦ ડગલાં નો પ્રવાસ કરવો પડે અને એ પ્રવાસ નો સૌથી પ્રથમ તબ્બકો છે પ્રથમ ડગલું. બસ એજ સમયે તમારે હિંમત દેખાડવાની છે. કોઈ પણ સૌથી મોટામાં મોટો ધ્યેય હમેસા પ્રથમ કોસિસ કે પ્રથમ ડગલાં થી જ શરૂ થાય છે. તમને ખબર છે કે દુનિયા માં સૌથી મોંઘી જગ્યા મને કઈ લાગે છે ?, એ છે સ્મસાન, ત્યાં લાખો એવા આડીયા, લાખો ગીત, કવિતાઓ, સાહિત્ય કે બીજી દુનિયા ને બદલી સકે એવી તાકાત ધરાવતા વિચારો બળી ને ખાખ થઈને પડયા છે, સૂકામ ? કારણ કે એ લોકો એ શરમ ના લીધે, ફેલ થવાના ડર થી કે સમાજ ના ડર થી સંકોચ કે કોઈ પણ અલગ કારણો થી ક્યારેય તે પ્રથમ ડગલું ભર્યું જ નહીં કે જેના થી એમનું જીવન બદલાઈ સક્તુ હતું. કારણ કે કોઈ પણ સપનું સાકર કરવા માટે જરૂરી છે પ્રથમ ડગલું ભરવું. ફક્ત વિચારો કરીએ રાખે દુનિયા માં કઈજ નથી થવાનું. પ્રથમ ડગલું ભરી અને એ સપનાઓ માટે સફળતા માટે

આપણે પ્રયાસ કરવો પડસે, જવાબદારી લેવી પડસે. કોઈ પણ લક્ષ્ય ને નશીબ ના ભરોસે ના છોડતા દોસ્તો, પ્રયાસો થી જ હાશીલ કરી શકાય. આપડે ગુજરાતી માં કેહવાય ને કે સિદ્ધિ તેને જય વરે જે પરસેવે નહાય. તો મહેનત નો પરસેવો વળવો જોઈએ તો જ લક્ષ્ય મળસે.

મને એક કવી દાદ બાપુ ની એક વાત યાદ આવે છે જે કે છે, જીવતર તો બહુ થોડું છે, વળે નહીં કાઈં દુનિયા માં, કરે ગેંગે કે ફેફે થી, ઘડીક શણગાર મર્દો નો સજી લ્યો તો મજા આવે, મજા કૈં ઔર આવે દાદ કાયર વેશ મૂકો તો, કદમ બે , કાળ ની સામા ભરી લ્યો તો મજા આવે.

મારા યુવાન મિત્રો તમે દેશ ના જુવાન છો. તમે આ દુનિયા બદલવાની શક્તિ ધરાવો છો. એ શક્તિ અને સંસ્કારો ને એક ધ્યેય આપી સુઘોસ સંખ વગાળો અને સફળ થાઓ જીવન માં. તમારી વીરતા અને યુવાની દેશ ના અડગ અને અડીખમ ખભા સ્વરૂપે વિકસાવો. તો આવો જીવન ના લક્ષ્ય તરફ પ્રથમ ડગલું માંડીએ."

તાલી ઓ નાં ગળગળાટ સાથે સૌ કોઈ ઊભા થઈ ગયા અને જાણે ત્યાં બેઠેલા હરેક યુવાન ની આંખો માં દેશ ભક્તિ ની એક લહેર દોડી ગઈ હોય એવું દેખાય આવ્યૂ.

ત્યાર બાદ એક જ વર્ષ માં અમારા ઘરે જાણે બધી જ ખુસીઓ એક સાથે અવતરી અને આદિ એક પુત્ર અને એક પુત્રી નો પીતા એક સાથે બન્યો. મારી નાનકડી ઢીંગલી નું નામ એને પ્રેરણા જ રાખ્યું અને મારા દીકરા નું નામ રાખ્યું વેદ.

અમારૂં જીવન આમ જ સુખમય અવિરત ચાલતું રહ્યુ.

૪. કેસરી કાઠીયાવાડ – (સોહમ અને રેવા)

શું કે ડાયરો ? હું સોહમ. તો ચાલો આજે મારા જીવન ની રોમાંચક યાત્રા નો એક પ્રસંગ જણાવું. કાઠીયાવાડ એટલે મારુ વતન, જ્યાં હું રહું છું, પણ મૂળ મારા ડાડા તો ભીમકટા માં રેતા પછી આમણી કોરા રેવા આવી ગયા. મારો જનમ તો થયો તો દ્વારકા માં, એટલે કે દ્વારિકાધીશ ની પાવન ભૂમિ કોરા.

મારા 'બા' (દાદીમા) કેતા કે સાચે કનૈયો જન્મ્યો હો, જો કે એ તો 'બા' નો વ્હાલ હતો. જૂની રૂઢિયુસ્ત માનસિકતા વારા મધ્યમ વર્ગ પરિવાર માં મારો જનમ, એટલે આપણે ગામડીયા કેવાય ગમે એમ તે.. પણ લાગણીઓ અને સ્નેહ ની કોઈ કસર નૈ આપણા માં. કેમ કે ગામડા માં જાજો પૈસો મલે કે ના મલે , પણ મોટુ મન અને ઉજળુ તન જરૂર મલે.

હું નાનકડો હતો ને તૈ અડધી રાત થાય ને, ઊઠતો કે હાલો ડાડા પાંહે લઈ જાવ મને, અને સાયકલ ની માથે બેહાડી ને કરહિયા માં દૂધ આપો નકર આપણે રાડા રાડી ને ડેકારો, આવી તો આપણી સાહિબિયું હતી હો. હવે આવા તોફાન કર્યા હે બોલો. પણ નાનકડા હોય તે બધા નખરા થતાં. હાંયૂ તો એજ જીવન હતું. નાનકડો હતો તે ડાડા ખભા પર બેસાડી નિશાળે મૂકવા આવતા. અરે એ તો ઠીક, નાનકડો હતો ને તૈ મને નવરાવવા ત્રણ ત્રણ જણા લાગતા. કાકી પકડી રાખે મને, અને પછી મારા માળી મને નવરાવવા જેવો સાબુ દેતા કે હું બધાને છોડાવી ને ડાડા ના નામ ની રાડ પાડીને શેરી માં ભાગી જતો, કે મને નથી નાવું, મારી આંખુ બરે છે, અને પછી બધા મને પકડવા વાંહે ધોડતા. મને આમ જોઈને આખી શેરી દાંત કાઢતી. એવું હતું નાનપણ કે હસતાં ખેલતા અને હસાવતા બધાને. અને એમ એક દાયકો નિકડ્યો.

આપણે ભણવામાં પાવધરા તૈ, તી અમારા નીસાળ નાં જગદીશ માસ્તર કીએ આને પાંચમા ધોરણ પછી નવોદય માં મોકલો. આપણે તૈ બવ ખબર ના પડતી. જગદીશ માસ્તરે આપણું નવોદય નું ફોરમ ભરી દીધું. મને યાદ છે તાં સુધી ઈ ૨૦૦૧ નું વરહ કેમ કે મારે નવોદય ની પરીક્ષા ઠેલાઈ ગઈ તી. ત્યારે ભૂકંપ થયો તો. નશીબ જોગે આપડે પાસ થઈ ગયા અને પછી ગયા હોસ્ટેલ માં રેવા. હવે ઇયાં તે કોઈ લાડ ના મળે, બધા કામ આપણે હાથે કરવા પડતાં. લૂગડા ધોવાના. અને હવારે સાડા પાંચ વાગા માં તો ઊઠવું પડતું શિયાળો ઉનાળો કે ચોમાસું. ત્યાં આપણે એક વોલીબોલ રમવાની ભારે મજા આવતી. પણ તોઈ દહ ધોરણ સુધી આપણે માંડ ખેઈંચૂ. એક દી કંટાળી ને આપણે તો દીવાલ ઠેકી ને ભાઈગા પણ નશીબ માઠા તે ફરીને ગેટ સુધી પોઇકો ત્યાં જીલાય ગયો. પછી પાછું એક દી નક્કી કરીને તૈયારી કરીને નિશાળે થી ભાગ્યો ને ઘરે પૂગી ગયો. ઘરે પૂઇગો તો આપણે એમ કે બાપા સમજસે કે નથી ગમતું ભણવાનું. પણ થયું ઊંધું. બાપા એક જાપટ દીધી ધોલ માં અને આપણે ત્રણ ફૂટ છેટા પૈડા હો. પણ પછી આપણે તો નક્કી કરી લીધું તું કે ભણવું નથી. તૈ તો આમેય કાય ખબર ના પડતી.

પછી બાપા કે ભણવું ના હોય તો કામ ભેગો થઈ જા. પછી આપડે પણ બાપા ભેગા મજૂરી કામ માં વડગી ગયા. પછી આપણે જુવાનીયા રીયા તી વછવછીયો સ્વભાવ એટલે જાજુ એમાય ટઈકા નઇ. પછી તો કારખાને લાઇગા. તઈ આખો દીવસ કારખાના માં કામ કરતો તો દશ રૂપિયા મળતા, એમાં પણ જાજુ નો મેળ આઇવો તી પછી સુતારી કામ પણ કયરું થોડાક ટાયમ. પછી એક મારા ફૈબા નો છોકરો હતો એને કીધું હાલ ક્યાંક નોકરી માં લગાડી દવ. ત્યારે આપડે દહમૂ પાસ હતા અટલે હાલે, કઈ ને કઈ કામ મળી રે એમ કઈ ને એને મને સીમ કાર્ડ ની એક કપની માં કામે લગાડી દીધો. આખો મહિનો આપણે તો કામ કયરુ પણ તૈ ઑલા પોસટપેડ નું કઈ એકે વેચાણું નૈ, તો આપડે પગાર ના દીધો અટલે એને પણ પડતું મુઇકૂ આપણે. પછી લાઇગા આપણે બૅન્ક માં અને પછી આપડું ગાડુ હાઈલુ. એમાં ફાવટ આવી ગઈ. ઇયાં આપણો એક ભાઈબંધ બઈનો એનું નામ કાનજી. પસી રોજ અમે બે હાંજ પડે ને નોકરી થી છૂટી એટલે લીંબુ સરબત પીવા એક દુકાને ઊભા રેતા, સુખ દુખ ની વાતો થતી અને ત્યાંથી છુટ્ટા પડતા અને ઘર ભેગા. બસ આમનેમ આપણું જીવન ચાલતું તું. અને હું થયો અઢાર વરહ નો.

હવે હું કમાતો થઈ ગયો અને થોડો થોડો સમજૂ થતો ગયો. મારી ઉમર હવે ભર જુવાની ની છે. રોજ નું એક રોજિંદું જીવન ગોઠવાઈ ગયું આપડું, સવારે નવ વાગે ઓફિસ જવાનું અને સાંજે સાત આઠ વાગે પાછા.

એક રોજ હું ઘરે વહેલો આવી ગયો. લગભગ સાંજ ના છ વાગ્યે. રાબેતા મુજબ હું ઘરે આવીને બેઠો અને પાણી પી ને થોડી હીંચકા ની મજા માણતો હતો. અચાનક બારી ખડખડવાનો અવાજ મને સંભળાયો અને મે બારી ખોલી.

એ આથમતા સૂરજ ને જાણે મન બદલાયું હોય ને ઊગવા માંડે એવું કઈ મને દેખાયું. એક સૂંદર મજાની છોકરી મને પૂછતી હતી કે શું મારી પાસે ફોન છે ? હું એને કઈ પણ જવાબ આપું એ પેહલા એ ક્ષણ માં જાણે હું પાગલ થઈ ને શાંત થઈ ગયો હોવ એવું મને લાગ્યું. *"મુ તમને કવ હું"* એને મને પૂછ્યું, અને મે એને જવાબ આઇપો એ વચે થઈ રહેલો મારા મન માં વીતેલો હર્ષઘેલો વાર્તાલાપ એવો હતો. જાણે હૃદય એક ધબકાર ચૂકી જાય, આંખો ને આંજી મૂકે એવી રૂપવાન સુંદર છોકરી ને હું એકીટસે જોઈ રહીઓ બસ. મને મારી જિંદગી માં પેલી વાર એવું થયું કે આ સમય આહિયાં જ ચોંટી જાય અને હું આને આમજ જોયા કરૂં. આજ સુધી હૃદય માં ખાલી લોહી વહેતું હોય એ તો મને ખબર હતી પણ પેહલી વાર લોહી સાથે સ્નેહ ની કૂંપણો પણ ફૂટવા લાગી હોય એવું મને આજે અનુભવ થયો. મને થયું કે મારી રોજીંદી જિંદગી માંથી ફેકીને મને કોઈએ અચાનક મેઘધનુષ્ય દેખાડી દીધું હોઇ, અને મારી જિંદગી આજ સુધી કોરા કાગળ જેવી હતી અને હવે એમાં રંગો અવતરસે એવા એંધાણ થવા લાગ્યા. એણે પહેરેલા સફેદ ડ્રેસ પર કેસરી દુપ્પટા માં હું તો રંગાય ગયો.

"મુ તમને ક્વ છ ! સાંભળો છ કે નઇ, તમાર પાંહે ફોન હોય તો આલો ન ? માર કાકી ને કાકા હારે વાત કરવી છ."

હું ફરી જબક્યો કે આ ભાષા કાઠીયાવાડ ની તો નથી. એટલે મે પૂછ્યું.

"તમે કોણ ?"

"મુ ' રેવા ', અમે આઇ લગન માં આઈવા છ."

બસ આટલું સાંભળીને હું પાછો એને જોવામાં હજી ખોવાતો તો ત્યાં ભાન આઇવું થોડું અને મે કીધું કે તમે નીચે જાવ ઘરે હું હમણાં આવું છું ફોન લઈને. ત્યારે મારી પાસે સાદો નોકીયા નો અગિયાર દશ આવતો ઈ ફોન હતો. હું એ ઓરડી માં જાણે ખોડાય ગયો. 'રેવા' વાહ !, કેવું સરસ નામ અને કેવી સરસ દેખાતી આ છોકરી. એક સાથે હજારો સવાલો મનમાં આવી ગયા ,કે આ કોણ , કયા થી , શું , શુકામ?. મન હું એક શેર યાદ કરી રહીઓ, જે આ હતો,

"ख़ूबसूरत तो तुम मुजे बाद मे लगे, पहले मुजे तुमसे प्रेम हो गया".

સાચે એવું જ થયું મને. મારા આખા આયખા માં પેલી વાર મને મારા ખુદ ના જીવન સાથે સચોળો પ્રેમ થઈ ગયો. ઓલું ફિલમ માં થાય એવું થયું કે બધુ ધીમું થઇ ગયું ને મન માં ગીત વાગવા લાઈગા.

હું જેમ તેમ ખુદ ને ફરીથી હોશ માં લાવીને નીચે ઓરડા માં ગયો, ત્યાં ઘણા બધા લોકો બેઠાતા. મે હળવે થી કીધું, *માળી, આયાવ તો.* મારા 'માં' આવ્યા ઓરા તી મે પૂછછું *કે આ છોકરી કોણ છે. કોન મેમાન કે શું ?*, કઈ નઇ ને સીધું એમજ પૂછ્યું કે આ છોકરી કોન છે. પછી મારા માં એ કીધું કે ઈ અમદાવાદ બાજુ ના કોઈ ગામ થી આઇવા છે લગન માં. પછી હું બધા ને મઇલો અને ઓડખાણ કાઢી. અને વાતો વાતો માં મારી આંખો ફરી ફરી ને રેવા તરફ જ વળી જાતી હતી. હું રેવા તરફ જોતો હતો અને મારા બા અને કાકી મને જોયા કરે. હું સમજી ગયો અને ત્યાં થી જતો રહીઓ. બહાર આવીને મે કીધું કે *'રેવા આલે ફોન જોતો તો ને'*, અને રેવા મારી પાસે થી ફોન લઈને એની કાકી ને આપવા ચાલી ગઈ.

રાતે વારુ કરીને ફર્યા માં બેઠા તા અને હું પણ બધા સાથે બા ના ખાટલા ની બાજુ માં બેસી ને એની વાતો માં ભરી ગયો. હવે મેમાન આઈવા તા તી, દ્વારકા ફરવા જવાની વાતો થતી તી. આવતી કાલે લગ્ન પતે એટલે રાતે હાપા થી દુવારકા ટ્રેન માં જવાની વાતો થતી તી. હવે નકી એ થતું તું કે મેમાન સાથે જાશે કોણ. હું મારા મન માં અભરખા રાખીને વિચારવા લાગ્યો કે જો રેવા સાથે દ્વારકા જવા મળે તો આ મોકો ચુકાય નઇ, પણ કેવું કેમ ?

ત્યાં તો ઈશ્વર ની મેરબાની કે, બા એ કીધું કે આપડા સોહમ ને લેતા જાવ, એ હોય તો ઠીક રે, બધાને હાચવી ને લઈ જાહે ને લેતો આવહે.

બસ બીજું શું જોએ. બીજે દિવસે વાળીએ લગન હતા. હું આની પેહલા બવ લગન પરસંગ માં જાતો નઇ પણ આ લગન માં જવા માટે મારી પાંહે બહુ મોટું કારણ હતું, કેમ કે રેવા હતી ત્યાં. જિંદગી માં પેલી વાર હું અરીસા માં ખુદ ને જોઈએ હરખાતોતો, કે હું કેવો દેખાવ છું. શ્યામવર્ણો અને માથા માં ટોપરા નું તેલ નાખી ને વચ્ચે પાથી પાડીને હું ખુદ ને ફિલ્મ ના હીરા થી ઓછો નોતો આંકતો આજે. આછી આછી મૂછો ઊગવા માંડી હતી એટલે આપડે જે ગરબા માં ગીત વાગે એવું ગીત વાગોળતો તો, *"એક વાગળ દેશ નો બાંકો જુવાનિયો, રંગ જાણે એનો લાલ ફાગણિયો, કંઠે ગર્જતો જાણે શ્રાવણીયો, સાવજળો વર્તાય, નજરું માં આવે એવો નજરાય, દલડું ધમક ધમક, ધમક ધમક થાય".*

નોકરી કરતો તી બધા ફોરમલ કપડા જ હતા મારી પાસે તો, એટલે એજ ઠપકારીને ને હું ગયો લગન માં. આ સમય માં અડધા થી વધારે જુવાનીયા લગન માં જતાં જ એટલે કે આપડું પણ ક્યાંય ગોઠવાય જાઈ. હોંશે હોંશે દાળ ની ડોલું ને, શાક પૂરી ને પાંગત માં પીરસવા મોખરે ઊભા હોય. બસ હું પણ આવુજ કઈંક એ લગન માં કરતો તો, પીરસવાનું ને એમાંથી થોડી ક્ષણો મળે એટલે રેવા તરફ જોઈ લેવાનું. રેવા લગન મંડપ માં વર-વધુ ની પાછડ ની ખુરસી પર બેઠી તી. રેવા એ એ દિવસે આછી ગુલાબી અને ધોરી ભરત વારી સાળી પેરીતી. ખુલ્લા વાળ અને હાથો માં મેંદી અને માથે સોળે શૃંગાર ને શોભતી બિંદી. હાથો માં આછી જાંબલી કલર ની બંગળીઓ અને એના પગ માં ઝાંઝર હતા. અને સાચું કહું તો મને એ યાદ નથી કે એ કોના લગ્ન હતા અને વર વધુ કેવા દેખાતા હતા. પણ મને એ ખાસ યાદ છે કે રેવા કેટલી સુંદર દેખાતી હતી.

લગન માં વિદાઇ પછી બધા જતાં હતા ઘર બાજુ અને હું છેલે બધા વાસણો અને વાળી પાછી સોંપવામાં મદદ કરી રહીઓ હતો કે ત્યાં રાખેલ ગોરા પાસે રેવા આવી અને મને કહે,

"પાલ્યો આપો તો"

"હેં ?"

"અરે! ઓલો પાલ્યો આપો, પોણી પીવું સ"

હું હજી સમજુ એ પેહલા મારી પાછળ થી અવાજ આઇવો કે ઈ પાણી નો ગ્લાસ માંગે છે. ત્યારે મને ભાન પડી કે એ પાણી ના ગ્લાસ ને પાલ્યો કહે છે એની ભાષા માં. બોલો આમ તો ગુજરાતી ભાષા જ છે અને પ્રદેશ બદલે તો ભાષા, અર્થ ને શબ્દો કેવા બદલે એ

અનુભવ પણ મારી માટે પેહલો હતો. એને પાણી નો ગ્લાસ આપતા એની હાથ ની મેંદી જોઈ મે નીરખી ને. ત્યારે મારી જિંદગી માં મે પેલી વાર લખવાની કોસિસ કરી. એની મેંદી માંથી કઈ અલગ પ્રકાર ની સુગંધ આવી ને મારી અંદર કવિ જન્મ્યો. અને મે પેલી વાર લઇખુ કે,

"દુનિયા ના તમામ સ્પ્રે ની સુગંધ એક તરફ અને તમારા મેંહન્દી લગાડેલા હાથ ની સોડમ એક તરફ."

લગન નો આખા દીવસ નો થાક એ વિચાર માત્ર થી છું મંતર થઈ ગયો કે રાતે ટ્રેન માં રેવા સાથે દ્વારકા જવાનું છે. અમે લોકો રાતે વારુ કરી ને નીકળા, દ્વારકા જવા માટે. મારી સાથે 'રેવા' એના , નાની, કાકી, બીજા કાકી ના છોકરા બધા હતા. ઘર થી ટેસન સુધી પોચવા સુધી હું ઈજ વિચારો કરતો તો કે જો મને એની બાજુમાં બેસવાનો મોકો મળે તો તો જલસો પડી જાઈ. અમે લોકો ટેસને પોચી ગયા પછી ત્યાં ખબર પડી કે ટ્રેન તો મોડી છે, બધાના એ સાંભળી ને મોઢા ઉતરી ગયા, પણ હું અંદર થી રાજી એટલે થતો તો કે એટલો જાજો ટાયમ મલસે રેવા ને જોવાનો.

ટ્રેન આવી અને અમે લોકો લોકલ માં જઈને બેઠા, જેમ તેમ જગ્યા મળી. ઈશ્વર ને કરેલી પ્રાથના પણ ફળી અને હું ને રેવા બાજુ બાજુ માં બેઠા. બેસીને મે એની આંખો માં જોયું તો જાણે એની પણ એવી જ કઈક ઇછા હોય એવું લાગ્યું. અહિયાં થી બે પ્રવાસ શરૂ થયા, એક તો દ્વારકા નો અને બીજો પ્રવાસ મારો અને રેવા ના પ્રેમ નો. અમે બધા ભેગા બેઠા તા એટલે બીજી કઈ વાત તો ના થઈ પણ રેવા ને ઇમ્પ્રેસ કરવા માટે હું બહુ મોટી મોટી વાતો કરતો તો, જેમ મોટા થયા ગયા પછી પુરુષો જેમ વાતો કરે એમ. જેમ કે જીવન માં સફળ કેમ થવું ને લાગણીઓ ને સંબંધો ની સમજણ વગેરે વગેરે.

મારા હાથ માં ત્યારે હું એક કળુ પેહરતો. તેની કાકી નો નાનકડો છોકરો એ જોઈને કહે મને આ આપોને મને જોવું છે આ કળુ. પણ કળુ મારા હાથ માંથી નીકળતું નોતુ. રેવા એ તેના હાથ થી મારુ કળૂ કાઢવામા મદદ કઇરી. એ પ્રથમ સ્પર્શ આહ્લાદક અને અપ્રતિમ લાગણીઓ ને જન્મ આપી ગયો.

એના એ સ્પર્શ થી હું જાણે ક્ષણભર ક્યાંય પ્રેમ ની અનુભૂતિ કરી રહીઑ કારણ કે જીવન માં પેહલી વાર આવો કોમળ સ્પર્શ હાથ પર અને સ્નેહ નો હ્દય પર અનુભવ્યો હતો. હું વારે વારે એની આંખો માં જોયા રાખતો અને એવું લાગતું કે એને પણ મારી માટે લાગણીઓ છે. સવાર ક્યારે પડી, ખબર જ ના પડી ને પરોઢિયે તો અમે દ્વારકા ના ટેસન પોચી ગયા. મારી જીવન ની પેહલી એવી રાત હતી કે જ્યારે મે આખી રાત નો ઉજાગરો હોંશે હોંશે કર્યો તો. એના કાકી ની તાજેતર માં સગાય થયેલી. તો સવાર સુધી અમે લોકો એ સંબંધો અને

લાગણીઓ અને રીતિ રિવાજો ની વાતો કર્યા રાખી અને મને ખબર નોતી કે એના નાની સુવાનું નાટક કરી ને આ બધુ જ સાંભળતા હતા.

અમે લોકો દ્વારકા ટેસને થી મંદિર વા રિક્ષા માં બેઠા અને ત્યાં પણ હું રિક્ષા માં આગળ બેસી અરીસા માં તેને જોઈ રહીઓ. પછી અમે મંદિર સુધી પોચયા. ત્યાં અમે દરિયા માં નાહી ને દર્શન કરવા ગયા. બધા લોકો દર્શન કરવા પગથિયાં ચડતા તા ત્યાં હું પાછળ રોકાયો અને નારિયેળ લઈને પછી ગયો. મંદિર ની અંદર દર્શન કરીને નારિયેળ વધેરતા હું અંદર અંદર કાળિયા ઠાકર ને પ્રાથના કરવા માંડ્યો કે હે કાનજી કાળા, મોરલી વારા મને આ 'રેવા' ખૂબ ગમે છે, એવું કઈ જાદુ કરે કે હું પણ એને પસંદ આવી જાવ.

મંદિર માં દર્શન કરીને હું ને 'રેવા' સૌથી વેહલા બહાર આવી ગયા. પછી અમે બંને પેહલી વાર એકલા હતા. હું બેબાકળો થઈ એને બસ જોઈ રહીઓ અને એને મને કીધું કે તમારે *કઈ ચા કોફી પીવી સે?.* મે કીધુ હા હા આપડે બે પીએ. પછી અમે બેએ એક એક કોફી પીધી અને એને મને પૂછ્યું,

"તો, હું માંગ્યું તમે ભગવાન પાંહે?"

"એમ કઈ કેવાય થોડી કે હું માંગ્યું'

"તમે કહો , તમે શું માંગ્યું ?"

"તમે ના કીધું મને તો, મુ પણ નઇ ક્વ તમને."

હજી અમારા બેય ની આટલી વાત થઈ ત્યાં તો કાકી ને નાની આવી ગયા. પછી અમે લોકો એ થોડો નાસ્તો કર્યો અને અમે લોકો ત્યાં થી દરિયા કિનારે બેસવા ગયા. એમના ઘર થી પણ બધા બહુ રૂઢિ ચુસ્ત અને જૂની વિચારસરણી વારા હતા એટલે એની કાકી ની તાજેતર ની સગાય થઈ હતી પણ કાકા ને મળવાની છૂટ નોતી લગન પેલા. પણ મને તો પછી ખબર પડી કે કાકા એને મળવા દ્વારકા આવ્યા છે. તો નાની, ની ઉંમર બવ વધારે હતી તી એ તો મંદિર ની બાજુમાં કીર્તન માં બેસી ગયા. અમે લોકો જ્યારે ચોપાટી પર પોચયા તો ત્યાં કાકા પહેલે થી જ હતા. પછી શું નવી નવી સગાય હતી તે એ બે થોડે દૂર બેઠા અને વાતો માં વળગ્યા અને અમે ચોપાટી પર બીજા કાકી ના છોકરાવ સાથે બેઠા.

ત્યાં ચોપાટી પર મારા એક દૂર ના સગા મળી ગયા અને તેની દીકરી સાથે તેઓ ત્યાં આવ્યા તા. એની દીકરી ની એક નાનકડી દીકરી હતી જેનું નામ સ્વરા હતું. મને અને રેવા ને સ્વરા ને સાચવવા ની જવાબદારી મળી. સ્વરા હજુ બે જ વર્ષ ની હતી અને ખૂબ ગોલુમોલું હતી. હું ને રેવા થોડી વાર સુધી સ્વરા ને રમાડતા રહ્યા. સ્વરા ને વ્હાલ કરતાં રેવા

સાથે હું લગ્ન ના સપના જોવા લાગ્યો તો, પણ હજી સુધી તો મે એને એટલું પણ નથી કીધું કે એ મને ગમે છે.

'રેવા' ઊભી થઈ થોડે ખુલ્લા પગે રેતી સાથે રમતા દરિયા ની નજીક જવા લાગી. હું એની નજીક જઈને દરિયે થી થોડી દૂર કરવા એનો હાથ પકડી ને કહેવા લાગ્યો કે આ દરિયા માં ભરતી નો ટાયમ છે તો એનાથી દૂર રે, તને કઈ થસે તો મારે ઘરે શું જવાબ દેવો, કેમ કે અત્યારે તમારી જવાબદારી મારા પર છે. 'રેવા' થોડું હસી અને ત્યાં થી પાછી ફરી ગઈ. હું એનાથી થોડો નજીક બેસી ને એના ખુલ્લા વાળ જોઈ રહયો અને એના મોઢા પર જાણે મોનાલીસા ના ચિત્ર જેવી સ્થિર સ્મિત વારી સૂરજ ની કિરણો ઝળહળી રહી હતી. એને જોઈ હું વારે વારે ઘેલો થઈ મંત્રમુગ્ધ થઈ જતો હતો. એની સુંદરતા એક સફેદ રણ માં ઊગતા સૂરજ ના સવાર જેવી હતી.

અમે લોકો ત્યાંથી બેટ દ્વારકા જવા નીકળ્યા અને રસ્તા માં મારો એક દૂર નો ભાઈ હરિયો પણ ભેગો આવ્યો. અમે લોકો વહાણ માં બેઠા અને હું હરિયા ને કઈ રિયો કે ભાઈ આ જો તારા ભાભી થાય, મંને બવ ગમે છે પણ હિમ્મત નથી થતી કે એને કવ કે, એ મને બવ ગમે છે. હરિયો કે એમાં શું, તારા વતી હું કહી દવ. મે કીધું ના ના, ઠેકાણે તો છેને તારો મગજ, ડખા થઈ જાઈ, તું રેવાદે, ટાયમ થાયે હું કઈ દઈસ.

બેટ ના બજાર માં ફરતા ફરતા મારી નજર એક રેકડી માં ખૂણે ટીંગાતું કિચેન પર ગઈ. જેમાં વિચિત્ર ભાષા માં કઈક લઇખુતુ. મે વેચવા વારા ભાઈ ને પૂછ્યું તો કે મને પણ નથી ખબર ભાઈ. પણ દેખાવ માં એક કિચેન સારું લાગ્યું મને એટલે મે લઈ લીધું. મે એ કિચન રેવા ને બતાવ્યું એને પણ મને પૂછ્યું કે આમાં શું લખ્યું છે. મે કીધું પછી કઈસ. એને મારી પાસે એ કિચન માંગ્યું પણ મે ના આપ્યું એને. થોડી વાર પછી મે એવું બીજું કિચન લઈને મારી સાથે રાખી લીધું.

સાંજે જમીને અમે લોકો પાછા ઘરે જવા ઓખા થી ટ્રેન માં બેઠા. આ વખતે ટ્રેન માં બહુ જ ભીડ હતી. લોકલ માં હું ને રેવા સામે સામે ની સીટ પર બેઠા. એ રાત્રે અમે કઈ વાતો શબ્દો થી તો ના કરી શક્યા, પણ અમારી આંખો થી સવાર સુધી એક બીજા સાથે લાગણીઓ ની આપ લે કર્યા કરી. હું એની સામે જોઈ ને આંખો માં વ્હાલ સાથે સાથે, આવતી કાલે છુટ્ટા પડવાનો ડર છુપાવી રહીઓ હતો. હું વિચારતો હતો કે હવે કાલે તો એ ચાલ્યા જશે તો હું એને કહી સકીસ કે નહીં, કે હું એને પસંદ કરું છું.

અડધી રાત્રે અમે ટેસને પોચયા અને ટેસન થી ઘરે જવા રિક્ષા કરી. રિક્ષા માં અમે બંને બાજુમાં બેઠા તા ત્યારે હળવે રહીને બધા થી છુપાવી ને મે એને ઓલુ કિચન આપી

દીધુ. આ મારા જીવન ની પેલી ગિફ્ટ કોઈને મે આપી હતી. અને રેવા મારા જીવન ની પેલી લાગણીઓ ની ગિફ્ટ હતી. અમે બધા ઘરે પોચીને સૂઈ ગયા. પણ મને એ રાત પણ ઊંઘ તો નાજ આવી. અને સવારે ફરી પાછુ મારે નોકરી પર તો જવાનું જ હતું. રાબેતા મુજબ હું ઉઠ્યો ને નોકરી એ પોચીઓ. પણ મારુ મન તો હજુ ઘરે જ હતું કે આજે તો એ લોકો પાછા જતાં રેસે. એ દિવસે શનિવાર હતો તો હું બાલા હનુમાન ના મંદિરે જતો રહ્યો. એ મંદિર ની ખાસિયત એ છે કે ત્યાં છેલ્લા ૬૦ વર્ષ થયા અખંડ રામધૂન રાત ને દીવસ ચાલુ છે. હાલ એ મંદિર જામનગર માં છે અને હજુ પણ રામધૂન ચાલુ છે. હું મારી પૂરી શ્રદ્ધા થી રામધૂન માં રામ નામ જપ્યા પછી ઘરે તરફ નીકળ્યો. ઘરે આવતા ની સાથે જાણવા મળ્યું કે એ લોકો હજુ એક દીવસ રોકાવાના છે. પછી શું, મારા હરખ નો પાર ના રિયો. હું ઉછળીને નાચવા માંડ્યો.. મને હવે થોડી ઉમ્મીદ જાગી કે હું રેવા ને કહી દઇસ કે હું એને પસંદ કરું છું.

રાતે વારુ કરીને અમે લોકો બધા ધાબે સુવા ચાલ્યા ગયા. પણ હું તો દિવાસ્વપ્નો જોતાં જોતાં જાગતો હતો. બધા સૂઈ ગયા પછી મે રેવા ને હળવે રહી સાદ કર્યો ને કીધું કે સૂઈ ગઈ, કે જાગે છે? એ જાગતી જ હતી.

"તમારે કઈ કેવું સે?, પેલા તમારા ભાઈ એમ કેતા તા કે તમે મને પસંદ કરો છો ?"

આટલું સાંભળતા મારા તો મોતિયા મરી ગયા. મને થયું કે હરિયા એ કઈક ગોટો કર્યો નકી. પછી રેવા એ કીધું કે હરિયો ને એ બધા વાતો કરતાં તા મારી, અને રેવા સાંભળી ગઈ, એટલે એ મારી હારે વાત ની ખાતરી કરે છે, કે સાચું શું છે.

"હા રેવા, હું તને પસંદ કરું છું, તું મને બહુ જ ગમે છે!, જ્યારે પેલી વાર જોઈ ત્યાર થી મને ગમે છે"

"હાંચૂ ક્વ ને , મને પણ તમે ગમો છો."

આટલો જ સંવાદ આખું જગ જીતી લેવા સમાન હતું મારા માટે. અને મારા હરખ નો પાર નતો. એ સવાર સુધી અમે વાતો કરી અને ત્યારે ખબર પડી કે દ્વારકા ના મંદિર માં અમે બંને એ એક બીજાને માંગીને નારિયેળ વધેર્યું તું. જીવન માં પેલી વાર મને મારા પર અતિશય ગર્વ થયો કે, મે કોઈ છોકરી નો વિશ્વાસ જીત્યો છે અને વળતાં મારા સ્નેહ ની કબૂલાત થઈ છે. એને પોતાની ઘણી વાતો કીધી જે એને પેહલા કોઈ સાથે નોતી કરી, એની લાગણીઓ ની વાતો અને એની પોતાની સારા નરસા અનુભવ ની પણ વાતો જે અમારા બે પૂરતી સીમીત છે.

સવારે મારા ફોન નું એલારમ વાગ્યું ને અમને ખબર પડી કે સવાર થઈ ગઈ. મે તરત જ એલારમ બંધ કર્યું, કેમ કે બધા અવાજ થી જાગી જાત કેમ કે ધાબે બધા બાજુ બાજુ માં જ સૂતા તા એટલે. એ દિવસે જાણે સૂરજ સોળે કળાએ ખીલી ને ઊગ્યો હોય એવો આહ્લાદક અને સોનેરી લાગતો હતો. નાસ્તો કર્યા ત્યાં સુધી તો બધુ ઠીક હતું પછી મને પાછું યાદ આવ્યું કે આ લોકો તો હવે ઘરે પાછા ચાલ્યા જસે પછી શું? એને કઈ રીતે મલીસ, ક્યારે મલીસ અને ત્યાં સુધી એનું વિરહ મારા થી કેમ જીરવાસે? આવા પ્રશ્નો થી મારો મગજ તો ઘેરાયેલો હતો. કારણ કે આજે રાત્રે એ લોકો બસ માં ઘરે જવા નીકળી જશે.

રોંઢે અમે બધા ચા પીતા તા ત્યારે શેરી માં કોક જૂના ગીત વગાડતું તુ, ગીત હતું પેલું, *અખિયો કે ઝરૂખે સે મેને દેખાય જો સાવરે તુમ દૂર નઝર આયે બડી દૂર નઝર આયે.*

"મને આ ગીત બવ ગમે છ" રેવા એ કીધું.

"આજ થી મને પણ આ ગીત ગમવા લાગ્યું" મે કીધુ.

વિરહ ની વેળા આવતા જરા સમય ના લાગ્યો. હું પણ બધા ને બસ સ્ટેસન મૂકવા સાથે ગયો. રસ્તા માં ચાલતા ચાલતા મે રેવા ને મારા ફોન નંબર લખીને દીધા અને એને મને એ કાગળ લેવાની ના પાળી દીધી. મને બવ અજુકતું લાગ્યું કે, *કેમ ના પાડસ?* એને કીધું કે મને *તમારા નંબર મોઢે યાદ રહી ગયા છે.* મે કીધું બોલ જરા. એને મને કડકડાટ આખો નંબર બોલી દીધો. અમે લોકો સિટી બસ માં બેઠા. જોગા નું જોગ અમે બે બાજુ બાજુ માં બેઠા તા. હળવે રહીને છેલી સીટ માં અમે બંને એ એક બીજાનો હાથ કસીને પકડી રાખેલો. બધા સાથે હતા એટલે રડી તો ના શકાય પણ બંને ની આંખો માં થોડા થોડા આંસુ જરૂર દેખાય આવે.

"હવે આપણે પાછા ક્યારે મલસું રેવા ?"

"આવતા વરસે મારા એક સગા ના લગ્ન છે, ત્યારે મલસું"

"અરરર ! એક આખું વરસ ? ત્રયંણસો ને પાંસઠ દીવસ. "

મારા આ બોલાયેલા વાક્ય માં દુખ એને પણ દેખાતું હતું પણ અમે બંને લાચાર હતા. મન માં થવા લાગ્યું કે હૈયે હજુ હરખ ની હેલી પડી તી, ને હવે વિરહ ના વાયરા મને કોરી ખાહે તો હું કેમ જીરવીસ આ બધુ.

બસ હવે આવતા વરસે મલસું એવા વાયદા સાથે એ જતી રહી. હવે મારા પાસે શું રહ્યું ? હું વિરહ ના એ આખા વરસ ની સામે એમ મીટ માંડીને ઊભો રહીઓ જાણે કોઈ ભોળાનાથ નો ભગત મહાશિવરાત્રી ની રાહ જોતો હોય. કે આ શિવરાત્રી તો મોક્ષ મળી જાસે.

બીજે દીવસ થી એજ રોજીંદી જિંદગી હતી પણ એ જિંદગી માં હું હવે 'હું' નોતો. ગીતો માં, ફૂલો માં, પંખીઓ ના કલરવ માં, કોઈ પણ જગ્યા પર જોવ બસ એક જ નામ, રેવા , રેવા, અને રેવા. રાત દીવસ બસ એકજ લગની લાગેલી કે મને રેવા મળે. મને ઓડખતા તમામ લોકો હવે રેવા ને ઓડખવા લાગ્યા કેમ કે આખો દીવસ હું બસ એની જ વાતો કરતો. મારા આખા કુટુંબ માં બધા ને ખબર પડી ગઈ કે મને રેવા ગમે છે.

હું રાતે રોજ ધાબે જ સુવા લાગ્યો હવે, કારણ કે રેવા એ કીધેલું કે રાત્રે જ્યારે ચાંદો દેખાય તો, તમે *જોજો અને મુ પણ જોઇસ* તો આપડે એવું લાગે કે એક બીજા થી ઓરા જ છી, જાજા છેટા નથ. હવે હું રોજ રોજ ચાંદા ને જોઈ ને એને યાદ કર્યા કરતો.

અમે દ્વારકા ગયા તા ત્યારે એક નાનકડી ઘટના બની હતી. જ્યારે ચોપાટી પર કાકા અને કાકી એક બીજા હારે ફોટા પડાવતા તા ત્યારે એની પાસે કેમેરા વારો ફોન હતો. એટલે મને પણ એમ થયું તું, કે જો મારી પાસે પણ કેમેરા વારો ફોન હોત તો હું પણ રેવા નો ફોટો પાડી સકત. એ વાત મને ખૂંચતી હતી. હવે વરહ પછી પણ હું એને મલીસ તો મારા પાસે કેમેરા વારો ફોન તો હોવો જ જોઇ. હું પેહલા કરતાં નોકરી માં વધારે મહેનત કરવા લાઇગો. કેમ કે ગમે તેમ કરીને હું જ્યારે રેવા ને પાછો મળું તો એનો ફોટો પાડવા કેમેરા વારો ફોન તો લેવો જ હતો. છ મહિના ના અથાક પરિશ્રમ પછી એક એક પૈસો બચાવી ને મે જૂનો નોકીયા નો ૬૬૩૦ મોબાઈલ ફોન લીધો.

એક દીવસ અચાનક સાંજે મારો ફોન વાગ્યો અને મારા ધબકારા વધી ગયા કે આ બહારગામ ના લેન્ડલાઇન નંબર છે અને મને એવી ઉમ્મીદ હતી કે રેવા નો ફોન હશે. પણ કોઈ રોંગ નંબર હતો. રેવા એના ઘરે જતી રહી એને આજે છ મહિના થઈ ગયા હતા.

એને જોઈ નથી એનો અવાજ સુધા નથી સાંભળ્યો. રોજ રાત્રે ધાબે સૂતા સૂતા બસ ચાંદો જોઈ એને યાદ કર્યા કરતો.

ફરી એક વાર એક દિવસ એક ફોન આવ્યો. સામે થી અવાજ સાંભળતા જ હું ઊછળી પડ્યો. સામે રેવા હતી. આજ છ છ મહિના ના વાણા પછી વાત થઈ. ત્યારે એક રૂપિયા માં ખાલી પચાસ સેકેન્ડ જ વાત થતી. અને ફોન ઉપાડવા ના અઢી રૂપિયા લાગતાં. *રેવા તું કયા છે, કેમ છે, શું હાલે છે?* એવા અઢળક પ્રશ્નો મે એક સાથે પૂછી લીધા. રેવા તેના સગા ના ઘરે રોકવા ગઈ તી અને ત્યાંથી બજાર માં વસ્તુ લેવાનું બાનું કરીને મને એને ફોન કરેલો. જો એ સમયે ફોન માંથી આરપાર જય સકાતું હોત તો અમે બંને એક બીજાને ગળે વડગી ને રોવા મઈંડા હોત. એ પચાસ સેકેન્ડ નો અમારી વાત નો અસબાબ મારા આવનાર બીજા છ મહિના નો પૂરતુ બરતણ ના જથા જેવો હતો. જાણે વ્હાલ ના પોટકા ભરી ને એક બીજાના આવાજ નો રણકાર અમે મગજ ના કોમ્પુટર માં રેકોર્ડ કરી લીધો.

શિયાળો ઉનાળો ને ચોમાસું કાઢી ને ફરી પાછો શિયાળો આવ્યો. જન્યુવારી ૨૦૦૯ માં કંકોતરી આવી અમારા ઘરે. રેવા ના સગા ના લગ્ન આવતા મહીને ફેબ્રુવારી માં હતા. કંકોતરી નોતી ખાલી એ , એ તો મારો જીવ માં પાછો જીવ આવે એની હૂંડી હતી. કારણકે હું ફરી પાછો એક આખા વરહ પછી રેવા ને મળવાનો હતો. જાણે સો દાયકા વીતી ગયા હોય એવો લાંબો સમય કાઢી ને અંતે એ તારીખ આવી ગઈ.

હું કચ્છ ના રણ તરફ જવા નીકળ્યો અને આખી બસ ભરાયેલી અને ડ્રાયવર ની બાજુમાં બેઠો બેઠો ૬ કલાક સુધી રસ્તા ને જોયા જ કર્યો. હરેક જતાં કિલોમીટર સાથે મારી ઉત્સુકતા બમણી થતી હતી. રેવા ને મળવાની આતુરતા માં હું ઘેલો તુર હતો. મે રેવા માટે કાન માં પેરવાના ઝૂમકા લીધા તા. રેવા ના સગા ના લગન કચ્છ ના રણ પાસે એક ગામડા માં હતા. હું રાત્રે આઠક વાગા એ ગામડે પૂગયો. શેરી ની અંદર જતાં જતાં તે ઘર સુધી મારા હ્રદય ના ધબકાર માંડ માંડ સાચવતો તો, કેમ કે રેવા ને જોઇને ક્યાંય મારુ હૈયું ફાટી ને બહાર ના આવી જાઈ. અંતે હું ડેલી એ પોચીઓ ને અંદર ડોક્યુ કર્યું ત્યાં રેવા સામે જ દેખાણી, એક આખા વરહ ની તાલાવેલી બહુજ મુશ્કિલ થી સાચવી કે એને ગળે ના વળગી પળુ, કારણ કે ચારે કોર સગા સંબંધીઓ અને વડીલો પણ હતા અને રેવા ના મમી પપા પણ હતા.

એક ક્ષણભર હું ને રેવા એક બીજા ની સામે જોઈ રહ્યા. *'એ આવો'* એવા આવકાર સાથે રેવા પાણી લઈને આવી ને મને આપ્યું અને પૂછ્યું કે *કેમ છો?*, ઘરે બધા મજામાં. બસ આટલી જ વાત થઈ ને એ પછી જતી રહી. એ રાત્રે ડાંડીયા રાસ હતા. પણ મને તો ડાંડીયા થી એવું બધુ રમતા નોતુ આવડતું એટલે હું તો બસ ખુરસી પર બેસીને જોતો રહીઓ. રેવા એ લાલ સાળી પેયરીતી. અને એ બવ સુંદર લાગતી હતી. રેવા ખૂબ દેખાવડી હતી. રેવા એ

મને બે વાર ડાંડીયા રાસ રમવા માટે ઈશારો કર્યો પણ મને આવડતું નહોતું એટલે મને બવ બીક લાગતી તી એટલે હું ના રમ્યો. રેવા બીજા જોડે ડાંડીયા રસ રમતી તી. એ જોઈને મને થોડો ગુસ્સો આવ્યો. હું સપના માં પણ રેવા ને બીજા કોઈ સાથે નહોતો જોઈ સકતો. મે એજ સમયે નક્કી કરી લીધું કે હું ઘરે જઈને સૌથી પેહલા ડાંડીયા રાસ રમતા સીખીસ.

આખું ઘર મેમાનો થી ભરચક હતું. ચારે કોર ઓડખીતા હતા એટલે રેવા ને એકલા મળવાનો, ને વાત કરવાનો મોકો જ ના મળ્યો. બીજે દિવસે લગ્ન હતા. રેવા એ પોપટી કલર ની સાળી પેરી હતી.એમાં આભલા ભરેલા હતા. ફરી પાછો અહિયાં પણ હું બધાને છોડીને બસ રેવા ને જ જોઈ રહીઓ હતો. બરોબર બપોરે મારા બીજા સગા ને એ, પણ લગ્ન માં આવી ગયા. પછી આખો દીવસ મારે એમની સાથે જ, ના છૂટકે રેવુ પયડુ. અધૂરા સપના અને અધૂરા અભરખા મને અંદર થી ખાઈ રહ્યા હતા પણ અમે લાચાર હતા અને મર્યાદા માં જ રહી ગયા. અને મળ્યા વિના જ ફરી છૂટા પાડવાનો વારો આઇવો. આખું વરહ જેના સપના જોયા હતા એવું કઈ જ ના થયું. રેવા ને આપવાના એના કાન ના ઝૂમકા પર એમનેમ સુના ઠેલા માં પડ્યા રીયા.

જવા સમયે રેવા ના વર્તન માં મને કઈક તો ફેર લાગ્યો. એ મારા થી થોડી દૂર દૂર થવા લાગી હોય એવું મને અનુભવ થવા લાગ્યું. માણસો ના શબ્દો કરતાં મને એમની ઉર્જાઓ પર થી વધારે ખ્યાલ આવે કે એમને મારી સાથે કેવું લાગે છે. રાતે વ્યારું કરીને અમે સગા ભેગા પાછાં ઘરે આવા નીકળી ગયા. નશીબ જોગે મે મારા ફોન માં ડાંડીયા રાસ નો ફોટો લઈ લીધો તો એટલે આખા રસ્તે જવામાં હું બસ રેવા ને જોઈ રહીઓ. મને ત્યારે આ શાયરી યાદ આવી.

अब जो मिलने आओ तो कुछ फुरसत से आना, कुछ वक्त लेते आना, कुछ जसबात लेते आना, कुछ रह गया हे अधूरा वो साथ लेते आना ।।

ઘરે પાછા આવીને તરત જ હું ડાંડીયા ક્લાસ માં નામ લખાવી આઇવો. બે મહિના માં તો હું પાવધરો થઈ ગયો અને આખા ક્લાસ માં પેલો નંબર થઈ ગયો. કહેવાય ને કે ઈર્ષા માં પણ તાકાત હોઇ, એટલે મારી પ્રેરણા એ વાત બની કે નો શું આવડે, હવે એ મળે એટલે એની સાથે હું ડાંડીયા રાસ રમવા માં સકોચ નઇ અનુભવું. પછી રેવા ના કોઈ સમાચાર નતા. મે ઘરે વાત કરી દીધી કે મને રેવા સાથે જ લગ્ન કરવા છે. મહામહેનતે મારા લગ્ન ની વાત રેવા ના ઘર સુધી પોચી. પણ રેવા ના ઘરે થી ચોખી ના આવી ગઈ. અને મારુ હૃદય તૂટીને કટકા થઈ ગયું. એવું લાગ્યું જાણે આભ તૂટયું હોય. હું જાણે જગ હારી ગયો.

થોડા મહિનાઓ પછી મને સમાચાર થયા કે ગામ માં એક લગ્ન માં રેવા ને એના ઘર ના લોકો આવ્યા છે પણ આ વખતે એ લોકો અમારા ઘરે રોકાવા ના આઇવા. રેવા તરફ થી મળતું મૌન મને અંદર થી ખાઈ રહ્યું હતું. એ લગ્ન માં હું પણ બિન બુલાએ બારાતી ની જેમ ગયો. પણ રેવા એ મારી સામે પણ ના જોયું. મને એનું આ વર્તન જોઈ ખીજ તો ચડી, પણ દુખ થી અંદર થી તૂટી ગયો.

એ પછી થોડાક મહિના પછી એક દીવસ મને રેવા નો ફોન આઇવો.

"તમે મને ભૂલી જાજો" રેવા રડતાં રડતાં અવાજ માં બોલી.

"પણ, થયું છે શું, તું મને કે તો ખરા?"

"હું તમને કઈ સમજાવી સકું એમ નથી, મારા ઘેર થી ના પાડી છ, હવે કઈ થાય નઇ, આવજો."

બસ આવી અધૂરી અધૂરી અમારી છેલી વાત થઈ. મે જ્યારે તપાસ કરી ત્યારે ખબર પડી કે એને ઘરે થી બવ ગુસે થયા, અને કદાચ એને મારી પણ હોય. એના ઘરના બધા બવ જૂના વિચારો વારા હતા અને એ લોકો કહે એમ જ કરવું પડતું રેવા ને. આ સાંભળી ને મને ખૂબ ગુસ્સો આવ્યો ને થયું કે અબઘડી જ જાવ ને બધા સામે એને બાજીને તેડી આવું. પણ એ ટાયમ પર ના તો મારો સાથ દેવા વારુ કોઈ હતું કે ના હું એટલો પૈસે ટકે સધ્ધર કે એવું પગલું લઈ સકું. મારા વિચારો અને ઈરાદાઓ નું મકાન બધુ એક ભયંકર તુફાન સમી ગયા પછી ના વિનાસ જેવુ તરછોડેએલું હતું.

એના એક વર્ષ પછી એક રાતે હજી વારુ કરવા બેસતો જ તો ત્યાં મારા દૂર નો એક ભાઈ આઇવો અને મારા હાથ માં કંકોતરી દીધી. મે ધ્યાન ના દીધું તો ભાઈ એ કીધું કે સરખું જો તો ખરા. મે જોયું એટલે મારા પગ નીચે થી જમીન સરકી ગઈ. જાણે કુદરતે એક સાથે જીવન જીવવા નું કારણ જ છીનવી લીધું. એ કંકોતરી રેવા ના લગ્ન ની હતી. જૂની એક પંક્તિ છે કે, *અઢડક પત્રો લખાયા આપણી વચ્ચે બસ એક કંકોતરી ની ખોટ રહી ગઈ.* કંકોતરી તો મળી પણ એમા રેવા ના નામ સાથે બીજા કોઈનું નામ હતું. હું જમવા બેસતો તો ને હાથ માં જે કોળીયો હતો એ મૂકી દીધો. ને કોઈને ધ્યાન ના આવે એ રીતે ત્યાં થી રસ્તા પર ચાલ્યો ગયો અને ચોધાર આંશુ એ હૈયા ફાટ રડ્યો. આંશુ લૂછી ને પાછો ઘરે આવ્યો ત્યારે બાપા કે કયા ગ્યોતો, મે કહ્યું એક ભાઈબંધ ને મળવા ગ્યોતો બસ આમ કહી ને મે અંદર બરી રહેલા જીવ ને જેમતેમ સાચવી લીધો.

મને હવે કઈ ખાસ ગતાગમ રહી નોતી. મારા ભાઈબંધ કાનજી એ મને ઘણી સાંત્વના આપી પણ આખરે કોઈ કોઈ નું દુખ લઈ થોડા સકે. હું એ આખો દીવસ સૂનમૂન કાઢી ગયો. બીજે દિવસે પણ કઈ સમજણ નહોતી પડતી. તો આખો દીવસ પીકચર જોવા હાઇલો ગ્યો. સવાર થી સાંજ સુધી મે ત્રણ પીકચર જોઈ નાઈખા. દુખ તો કઈ ખાસ ઓછું ના થયું પણ પીકચર માં એક સીન જોયો જેમાં એક ડૉક્ટર ઓર્ગન ડોનેસન નું મહત્વ સમજાવે છે. હું બીજે દિવસે હોસ્પિટલ જઈને મારા ઓર્ગન ડોનેસન નું ફોરમ ભરી આઇવો.

મારો હરી કરે એ સાચુ બાપા .. બસ આટલું કહીને મે ઈશ્વર ના ભરોસે બધુ મૂકીને ભૂલવાની કોસીસ શરૂ કરી દીધી.. આમ બધુ આપડુ ધાઈરૂ કયા થાય. બસ હવે હું મારી બધી ઉર્જાઓ ને જીવન બનાવા માં લગાવા ની કોસીસ માં લાગી ગયો. હું વિવિધ પુસ્તકો લઈ આવ્યો. જેમાં યોગ સાધના અને ચક્ર વિષે માહિતી આપેલી હતી. ૩ મહિના સુધી મે વિવિધ ચક્રો નો અભ્યાસ કર્યો. એક દીવસ અચાનક યોગ માં જ્યારે હું બેઠો ત્યારે મને મારા મૂલાધાર ચક્ર માં કોઈ પ્રાણવાયુ ઉદય થયો હોય એવો અનુભવ થયો. એ અનુભવ પછી ધીરે ધીરે મને જાણે વૈરાગ્ય લાગ્યું. હું મારો વધારે પડતો સમય ઈશ્વર ના સાંનિધ્ય માં વીતાવા માંડ્યો.

એક દીવસ મને સપનું આવ્યું જેમાં મને કોઈ અગાધ સફેદ પ્રકાશ મારા માથા પર પડ્યો અને કોઈ અમૃતવાણી થઈ હોય કે બસ સોહમ હવે આ સંસાર માં તારો હેતુ પૂરો થયો છે. બસ આ શબ્દો મને અંદર મુક્ત કરી ને બહાર થી શાંત બનાવી ગયા.

૩૧/૦૭/૨૦૧૦.

સોહમે પ્રાણ છોડી દીધા. ૩૧ તારીખે એ રાત્રે ઊંઘ માં જ એ રામ ચરણ પામી ગયો અને વાહે રાખી ગયો બસ એના આ શબ્દો જે એ પોતાની ડાયરી માં લખતો ગયો. સોહમે કરેલ વાયદા મુજબ એના પરિવારે એના અંગો નું દાન કરી દીધું.

સોહમ નું હૃદય **કેસર** ને દાન કરવામાં આવ્યું. તેની આંખો **ગૌતમ** ને દાન કરવામાં આવી. એની કિડની **ઉમંગ** ને દાન કરવામાં આવી. બોનમેરો **આનંદ** ને દાન કરવામાં આવ્યો. અને લીવર **મલ્હાર** ને દાન કરવામાં આવ્યું.

સોહમ એ પોતાના પ્રાણ ત્યાગ કર્યા પછી પણ પોતાના અંગો સાથે બીજા છ લોકો માં નવા પ્રાણ પૂર્યા.

www.ingramcontent.com/pod-product-compliance
Lightning Source LLC
LaVergne TN
LVHW060121051026
849517LV00007B/2353
9798894155661